കടമ്പേരി മാഷ്

kadamberimash

•

payyanoor kunjiraman

•

first edition
april 2015

•

typesetting
star communications, thiruvananthapuram

•

published
chintha publishers, thiruvananthapuram

•

printed
repro india ltd, mumbai

•

cover
midas

•

വിതരണം

ദേശാഭിമാനി ബുക്ക് ഹൗസ്

H O തിരുവനന്തപുരം–695 035
Ph: 0471-2303026, 6063020
www.chinthapublishers.com
chinthapublishers@gmail.com

ബ്രാഞ്ചുകൾ

ഹെഡ്ഡാഫീസ് ബ്രാഞ്ച് കുന്നുകുഴി • സ്റ്റാച്യു തിരുവനന്തപുരം • കെ എസ് ആർ ടി സി ബസ് സ്റ്റേഷൻ ആലപ്പുഴ • കെ എസ് ആർ ടി സി ബസ് സ്റ്റേഷൻ എറണാകുളം • ചിറ്റൂർ റോഡ് എറണാകുളം • മച്ചിങ്ങൽ ലെയ്ൻ തൃശൂർ • ഐ ജി റോഡ് കോഴിക്കോട് • കെ എസ് ആർ ടി സി ബസ് സ്റ്റേഷൻ കോഴിക്കോട് • എൻ ജി ഒ യൂണിയൻ ബിൽഡിങ് കണ്ണൂർ • സെൻട്രൽ ബസ് ടെർമിനൽ കോംപ്ലക്സ് താവക്കര കണ്ണൂർ

CO - 2184 / 3652

കടമ്പേരി മാഷ്

പയ്യന്നൂർ കുഞ്ഞിരാമൻ

ചിന്ത പബ്ലിഷേഴ്സ്
തിരുവനന്തപുരം-695 035

പയ്യന്നൂർ കുഞ്ഞിരാമൻ

പയ്യന്നൂരിൽ മഹാദേവഗ്രാമത്തിനടുത്ത് രാമനാത്ത് വീട്ടിൽ ജനനം. പ്രാഥമികവിദ്യാഭ്യാസം കഴിഞ്ഞ് തൊഴിലാളിയായി. പ്രൈവറ്റായി പഠിച്ച് ബിരുദങ്ങൾ നേടി. ഹൈസ്കൂൾ അദ്ധ്യാപകനായി. തളിപ്പറമ്പ് മൂത്തേടത്ത് ഹൈസ്കൂളിൽനിന്ന് വിര മിച്ചു. പുരോഗമനകലാസാഹിത്യസംഘം സംസ്ഥാന കമ്മിറ്റിയംഗമാണ്. സാക്ഷരതാമിഷൻ എക്സിക്യൂട്ടീവ് അംഗമായും പ്രവർത്തിച്ചു. വിവർത്തനം, ചരിത്രം, ജീവചരിത്രം, ബാലസാഹിത്യം തുടങ്ങിയ മേഖലകളിലായി 57 കൃതി കൾ പ്രസിദ്ധീകരിച്ചിട്ടുണ്ട്. ചിന്ത പുറത്തിറക്കുന്ന പതിനാറാ മത്തെ ഗ്രന്ഥമാണിത്. 2005 ൽ അബുദാബി ശക്തി അവാർഡ് ലഭിച്ചു.

ചിന്ത പുറത്തിറക്കിയ കൃതികൾ: *ചാർവാകൻ* (നോവൽ), *പിറവി, നിരഞ്ജനയുടെ കഥകൾ, കാവേരി എന്റെ രക്തം* (വിവർത്തനം), *ഒരേയൊരു പി ജി – ജീവചരിത്രം, ഒറ്റക്കാ ലൻ ഞണ്ട്, ഏലംകുളത്തെ കുഞ്ചു, എനിക്കും വേണം സ്വാതന്ത്ര്യം, കളിയാട്ടക്കഥകൾ, കൃതികൾ കഥകൾ, കുട്ടി കളുടെ നായനാർ, പുരാണത്തിലെ അമ്മമാർ, പുരാണ ത്തിലെ കുട്ടികൾ, ബീർബലിന്റെ തമാശകൾ, ഇ എം എസ് കഥകൾ* (ബാലസാഹിത്യം).

ഭാര്യ	:	സത്യഭാമ എ കെ
മക്കൾ	:	സബിത, സൂരജ്
വിലാസം	:	'ശ്രീഹരി'
		ചാലക്കോട് പി ഒ
		പയ്യന്നൂർ – 670307
		കണ്ണൂർ ജില്ല
ഫോൺ	:	9447209774

ഉള്ളടക്കം

പ്രസാധകക്കുറിപ്പ്

ഒരു സാധാരണ അദ്ധ്യാപകനായിരുന്ന പി വി കുഞ്ഞികൃഷ്ണൻ എന്ന പി വി കെ കടമ്പേരി 1985 ലാണ് ബാലസാഹിത്യ പ്രവർത്തനം ആരംഭിക്കുന്നത്. കുട്ടികളുടെ വിദ്യാഭ്യാസത്തിലും സർഗ്ഗാത്മകപ്രവർത്ത നങ്ങളിലും ശിശുസൗഹൃദപരമായി ബന്ധപ്പെട്ട് പുതിയ തലമുറകളെ യുക്തിചിന്തയുടെയും ശാസ്ത്രീയമായ ജീവിതവീക്ഷണത്തിന്റെയും ഉട മകളാക്കാനും ശരിയല്ലാത്തവയെ ചോദ്യം ചെയ്യാനുള്ള ശേഷി വളർത്താനും ഉള്ള പ്രവർത്തനങ്ങളുമായി മുന്നോട്ടു പോവുന്ന ബാല സംഘവുമായി അന്നേ അദ്ദേഹം ബന്ധപ്പെട്ടു. തുടർന്നദ്ദേഹം ബാലസംഘ ത്തിന്റെ നേതാവും ഊർജ്ജസ്രോതസ്സുമായി വളർന്നു.

മികച്ച അദ്ധ്യാപകൻ, അദ്ധ്യാപകസംഘടനാ നേതാവ്, ഗ്രന്ഥശാലാ സംഘത്തിന്റെ സജീവപ്രവർത്തകൻ, 30 വർഷത്തിലേറെ ബാലസംഘ ത്തിന്റെ നേതാവും ഉപദേഷ്ടാവും എന്നീ നിലകളിലെല്ലാം അദ്ദേഹം പ്രവർത്തിച്ചു. കടമ്പേരി മാഷെക്കുറിച്ചുള്ള പയ്യന്നൂർ കുഞ്ഞിരാമന്റെ അനു സ്മരണം ഞങ്ങൾ വായനക്കാർക്കു മുമ്പിൽ അവതരിപ്പിക്കുന്നു.

ചിന്ത പബ്ലിഷേഴ്സ്

ഞാനറിയുന്ന കടമ്പേരി മാസ്റ്റർ

ടി നാരായണൻ

ഈയിടെ അന്തരിച്ച ശ്രീ. പി വി കെ കടമ്പേരിയുടെ ജീവചരിത്ര ക്കുറിപ്പെഴുതാൻ 'എന്തുകൊണ്ടും അർഹനാണ് അദ്ദേഹത്തിന്റെ ഉറ്റസു ഹൃത്തും വന്ദ്യവചസ്സുമായ പയ്യന്നൂർ കുഞ്ഞിരാമൻ. അതിനു മുതിർന്ന തിന് അദ്ദേഹത്തെ അഭിനന്ദിക്കുന്നു.

1985 ലാണ് പി വി കെ എന്നും കടമ്പേരി മാസ്റ്റർ എന്നും മുതിർന്ന വരും കുട്ടികളുമായ നൂറുകണക്കിനു ബാലസംഘം പ്രവർത്തകർ പിന്നീട് സ്നേഹപൂർവ്വം വിളിക്കാൻ തുടങ്ങിയ പി വി കെ കടമ്പേരിയുമായി ഞാൻ പരിചയപ്പെടുന്നത്. "ജാതിഭേദം മതദ്വേഷം ഏതുമില്ലാതെ സർവ്വരും/ സോദരത്വേന വാഴുന്ന മാതൃകാസ്ഥാനമാണിത്" എന്ന് ശ്രീ നാരായണ ഗുരു സ്വന്തം കൈകളാൽ കുറിച്ചിട്ടു പവിത്രമാക്കിയ തിരുവനന്തപുരം ജില്ലയിലെ അരുവിപ്പുറത്തെ ആശ്രമഭൂമിയിലും പരിസരപ്രദേശത്തുമായി വരുംതലമുറകളിലെ കുട്ടികൾക്കു നേരായ വഴി കാട്ടുന്നതിനെപ്പറ്റി ആലോചിക്കുന്നതിനായി കേരളത്തിലെ വിവിധ സ്ഥലങ്ങളിൽ നിന്നെ ത്തിയ കുട്ടികളെ സ്നേഹിക്കുന്ന കുറെ പ്രവർത്തകർ ഒന്നിച്ചുചേർന്നി രിക്കുകയായിരുന്നു. എസ് ആർ പി എന്നു വിളിക്കുന്ന എസ് രാമചന്ദ്രൻ പിള്ള (ഇപ്പോൾ സി പി ഐ (എം) പൊളിറ്റ് ബ്യൂറോ അംഗം) മുൻ കയ്യെടുത്തു വിളിച്ചു ചേർത്തവരായിരുന്നു അവിടെ കൂടിയ ഞങ്ങളെല്ലാ വരും. ശാസ്ത്രസാഹിത്യ പരിഷത്ത് നേതാക്കളും നൂതനമായ ആശയ ങ്ങളുടെ ഉറവ വറ്റാത്ത സ്രോതസ്സുകളുമായ ഡോ. എം പി പരമേശ്വ രൻ, കെ കെ കൃഷ്ണകുമാർ തുടങ്ങിയവർ ഞങ്ങളെ സഹായിക്കാനായി അവിടെയുണ്ടായിരുന്നു. അവിടെവെച്ചാണ് കണ്ണൂരിൽനിന്നെത്തിയ വിന യാന്വിതനും വശ്യവാക്കും കുട്ടികളെപ്പോലെ നിഷ്കളങ്കിതയാർന്നവനു മായ കടമ്പേരി മാഷെ ഞാൻ ആദ്യമായി കാണുന്നത്.

കുട്ടികളുടെ വിദ്യാഭ്യാസത്തിലും സർഗ്ഗാത്മകപ്രവർത്തനങ്ങളിലും ശിശു സൗഹൃദപരമായി ഇടപെട്ട് പുത്തൻ തലമുറകളെ യുക്തിചിന്ത യുടെയും ശാസ്ത്രീയമായ ജീവിത വീക്ഷണത്തിന്റെയും ഉടമകളാ ക്കാനും ശരിയല്ലെന്നു തോന്നുന്ന എന്തിനെയും ചോദ്യം ചെയ്യാനുള്ള ശേഷി അവരിൽ വളർത്താനും എങ്ങനെ കഴിയുമെന്ന അന്വേഷണമാ യിരുന്നു അരുവിപ്പുറത്തു നടന്നത്. അവിടെ കൂടിയവരിൽ ഞങ്ങൾ ഏതാനും ചിലർ 1983 ൽ തിരുവനന്തപുരം ജില്ലയിലെ തന്നെ പേരൂർക്ക ടയിൽ ഒത്തുകൂടിയിരുന്നു, ഇതേ ലക്ഷ്യംവെച്ച് അവിടെ വച്ചു സമാഹ രിച്ച ആശയങ്ങൾ വിപുലപ്പെടുത്താനും അവ പ്രായോഗികമാക്കാനുള്ള വഴികൾ നേടാനും സംസ്ഥാനവ്യാപകമായ അന്വേഷണം ആരംഭിക്കു ന്നത് തുടർന്നുചേർന്ന അരുവിപ്പുറം ക്യാമ്പിൽ വച്ചായിരുന്നു.

പേരൂർക്കട ക്യാമ്പിൽ കടമ്പേരി മാഷുണ്ടായിരുന്നില്ല എന്നാണ് എന്റെ ഓർമ്മ. ഏതായാലും, അരുവിപ്പുറം ക്യാമ്പ് കടമ്പേരി മാസ്റ്ററെ ആവേശഭരിതനാക്കി. തുടർന്നദ്ദേഹം ബാലസംഘത്തിന്റെ സജീവ പ്രവർത്തകനും നേതാവുമായി. അരുവിപ്പുറത്തുനിന്നു തുടങ്ങി മൂന്നര പ്രതിറ്റാണ്ടു കാലത്തോളം കടമ്പേരി മാഷോടൊപ്പം ബാലസംഘം രംഗത്ത് പ്രവർത്തിക്കാനുള്ള സൗഭാഗ്യം എനിക്കുണ്ടായി. ബാലസംഘ ത്തിൽ മാത്രമല്ല, അഞ്ചാറുകൊല്ലം കുട്ടികളുടെ മാസികയായ തത്തമ്മയിൽ ഞങ്ങൾ ഒന്നിച്ചു പ്രവർത്തിച്ചു. രണ്ട് അവസരങ്ങളിലായി സംസ്ഥാനബാലസാഹിത്യ ഇൻസ്റ്റിറ്റ്യൂട്ടിന്റെ ഡയറക്ടർ ബോർഡിലും മൂന്നുവർഷത്തിലേറെ കാലം സംസ്ഥാനശിശുക്ഷേമ സമിതിയിലും ഞങ്ങൾ ഒന്നിച്ചുണ്ടായിരുന്നു. അവിടെയെല്ലാം ഞങ്ങളെ നയിച്ചത് അരു വിപ്പുറം ക്യാമ്പിൽ നിന്നു ഞങ്ങൾക്കു ലഭിച്ച നിസ്തുലങ്ങളായ അനുഭ വങ്ങളായിരുന്നു.

അരുവിപ്പുറം ക്യാമ്പ് തന്നെ എങ്ങനെ മാറ്റിമറിച്ചെന്ന് കടമ്പേരി മാഷ് വർഷങ്ങൾക്കുശേഷം പറയുകയുണ്ടായി. ഒരു സാധാരണ അദ്ധ്യാപക നായിരുന്ന താൻ മറ്റു മിക്കവാറും അദ്ധ്യാപകരെപ്പോലെ അതുവരെ ക്ലാസ് മുറികളിൽ കുട്ടികളുടെ മേൽ 'സമൃദ്ധമായി' ചൂരൽ ഉപയോഗി ക്കുമായിരുന്നു. പക്ഷേ, അരുവിപ്പുറം ക്യാമ്പിലെ അനുഭവങ്ങൾ തന്നിലെ അദ്ധ്യാപകനെ മറ്റൊരാളാക്കിമാറ്റി. അതിൽ പിന്നെ താൻ ചൂരൽ കൈകൊണ്ടു തൊട്ടില്ല; അദ്ധ്യാപകവൃത്തിയിൽ നിന്നു വിരമിക്കുന്നതു വരെയും. തന്നിൽ വന്ന മാറ്റത്തെ കടമ്പേരി മാഷ് വിശദീകരിച്ചത് ഇങ്ങനെ ആയിരുന്നു.

അരുവിപ്പുറം ക്യാമ്പിനുശേഷം, സംസ്ഥാനത്തെ കുട്ടികളുടെ ഏറ്റവും വലിയ സംഘടനയായി ബാലസംഘം വളർന്നുവന്ന മുപ്പതു വർഷക്കാലയളവിൽ അതിനെ നയിച്ചുകൊണ്ട് കടമ്പേരി മാഷുണ്ടായി രുന്നു. ഇരുപതു വർഷത്തിലേറെ ബാലസംഘം സംസ്ഥാന രക്ഷാധി കാരി ഏകോപനസമിതി പ്രസിഡന്റായി. തുടർന്ന് ആ സംഘടനയുടെ ഏറ്റവും മുതിർന്ന എക്സിക്യൂട്ടീവ് കമ്മിറ്റി അംഗമെന്ന നിലയ്ക്ക്, മരി

ക്കുന്നതു വരെയും.

സംസ്ഥാനത്തു നിലനിന്ന അദ്ധ്യാപകകേന്ദ്രിതവും കുട്ടികളുടെ സർഗ്ഗശേഷി തല്ലിക്കെടുത്തുന്നതുമായ അതിവിരസമായ പാഠ്യസമ്പ്രദായത്തിന്റെ സ്ഥാനത്ത് ശിശുകേന്ദ്രിതവും സർഗ്ഗാത്മകവുമായ അദ്ധ്യയനപദ്ധതി രൂപപ്പെടുത്തുന്നതിനുള്ള നിശ്ചയദാർഢ്യത്തോടെയുള്ള അന്വേഷണമായിരുന്നു ദീർഘമായ ഈ വർഷങ്ങളിൽ ബാലസംഘം നടത്തിയത്. ഈ നൂറ്റാണ്ടിന്റെ തുടക്കത്തിൽ സംസ്ഥാനത്ത് പ്രാവർത്തികമാക്കിയ പുതിയ പാഠ്യപദ്ധതിയുടെ നിർമ്മാണത്തിൽ ഈ അന്വേഷണത്തിന്റെ ഫലങ്ങൾ എളുതല്ലാത്ത രീതിയിൽ പ്രതിഫലിക്കുകയുണ്ടായി. ബാലസംഘം നടത്തിയ ബൃഹത്തായ ഈ അന്വേഷണത്തിന്റെ ഭാഗമായി സംസ്ഥാനത്തിന്റെ നാനാഭാഗങ്ങളിൽനിന്നുള്ള കുട്ടികളെയും മുതിർന്നവരെയും പങ്കെടുപ്പിച്ച് അരുവിപ്പുറം ക്യാമ്പിനുശേഷം നടത്തിയ നിരവധി പഠനക്യാമ്പുകളിൽ, ആ ക്യാമ്പുകളിൽ നടത്തേണ്ട പ്രവർത്തനങ്ങൾക്കു വഴിയൊരുക്കാൻ വേണ്ടി നടന്ന ഒട്ടനേകം ശില്പശാലകളിൽ, കുട്ടികളുടെ സർഗ്ഗചേതന ഉണർത്തി അവരുടെതായ തീയേറ്റർ രൂപപ്പെടുത്തുന്നതിനുള്ള അന്വേഷണങ്ങളായി സംഘടിപ്പിച്ച വേനൽത്തുമ്പി ക്യാമ്പുകളിൽ — അവയ്ക്കെല്ലാം വഴികാട്ടുന്നവരിൽ പ്രധാനിയായി, അവിടെയെല്ലാം നടന്ന പ്രവർത്തനങ്ങളുടെ ഓരോ സൂക്ഷ്മാംശത്തിലും ശ്രദ്ധ പതിപ്പിച്ച്, തന്റെ അഭിപ്രായങ്ങൾ പതിവുശീലുകളിൽനിന്നും എത്ര വ്യത്യസ്തങ്ങളായിരുന്നാലും ആരുടെ മുമ്പിലും തുറന്നു പറയാനുള്ള ചങ്കൂറ്റം പ്രകടിപ്പിച്ച് കടമ്പേരി മാഷുണ്ടായിരുന്നു. കുട്ടികളുടെ കളിത്തോഴനായി, മുതിർന്നവർക്ക് സ്നേഹമയനായ ജ്യേഷ്ഠ സഹോദരനായി, സംഘടനാപ്രവർത്തനങ്ങളിൽ ജാഗരൂകനായി കടമ്പേരി മാഷ് സംസ്ഥാനത്താകെ നിറഞ്ഞുനിന്നു പ്രവർത്തിച്ചു.

നല്ലൊരദ്ധ്യാപകൻ അദ്ധ്യാപകസംഘടനാ രംഗത്തെ ഊർജ്ജസ്വലനായ നേതാവ്, കടമ്പേരി ഗ്രാമത്തിലെ മികവുറ്റ ഗ്രന്ഥശാലയുടെ സ്ഥാപകൻ, ഗ്രന്ഥശാലാ സംഘത്തിന്റെ സജീവ പ്രവർത്തകൻ, തളിപ്പറമ്പ് മുനിസിപ്പാലിറ്റിയിലെ കർമ്മകുശലനായ കൗൺസിലർ എന്നിങ്ങനെ വിവിധങ്ങളായ മറ്റു രംഗങ്ങളിലും സ്വന്തം വ്യക്തിമുദ്ര പതിപ്പിച്ച കടമ്പേരിമാഷെന്ന് അദ്ദേഹത്തെ പരിചയമുള്ള എല്ലാവർക്കും അറിവുള്ളതാണ്. എന്നാൽ ഈ രംഗങ്ങളെക്കാളെല്ലാം വിലപ്പെട്ടതായി അദ്ദേഹം കണ്ടത് ബാലസംഘത്തിലെ പ്രവർത്തനത്തെയായിരുന്നു എന്നു ഞാൻ കരുതുന്നു. ബാലസംഘം പ്രവർത്തനങ്ങളിൽ അദ്ദേഹം തന്റെതായ 'ഇടം' കണ്ടെത്തുകയായിരുന്നു.

കടമ്പേരി മാഷുടെ വേർപാട് സംസ്ഥാനത്ത് കുട്ടികളുടെ രംഗത്തു പ്രവർത്തിക്കുന്ന ഏവർക്കും വേദനാജനകമാണ്, മൂന്നു പതിറ്റാണ്ട് അദ്ദേഹത്തോടൊപ്പം പ്രവർത്തിച്ച എനിക്കു വിശേഷിച്ചും.

പ്രിയപ്പെട്ട അച്ഛൻ

പി വി രാജേഷ്

ഞങ്ങൾക്ക് അച്ഛൻ ഏറെ പ്രിയപ്പെട്ടതായിരുന്നു. അച്ഛനെക്കുറിച്ച് നല്ലതേ ഞങ്ങൾ മക്കൾക്ക് അയവിറക്കാനുള്ളൂ. അദ്ധ്യാപകനും പാർട്ടി പ്രവർത്തകനും ബാലസംഘം നേതാവുമൊക്കെയാണെങ്കിലും ഞങ്ങൾക്ക് സ്നേഹവാത്സല്യങ്ങളുടെ നിറകുടമായിരുന്നു. നാട്ടുനന്മയുടെ പച്ചപ്പുകൾ ഞങ്ങളുടെ മനസ്സിൽ നട്ടുപിടിപ്പിച്ചത് അച്ഛനാണ്. ജീവിതം അവസാനിച്ചാലും ഓർമ്മകൾ എന്നും അവശേഷിക്കുമെന്ന് അച്ഛൻ ഞങ്ങളെ പഠിപ്പിച്ചു. മക്കൾക്കെല്ലാം അച്ഛൻ വഴികാട്ടിയായിരുന്നു. ഞങ്ങളുടെ വിഷമങ്ങളിലെല്ലാം ആശ്വാസം നല്കിയ തോഴനായിരുന്നു. ചിറവക്കിലെ ഞങ്ങളുടെ വീട്ടിൽ അച്ഛനിപ്പോഴും ഉറങ്ങിക്കിടപ്പുണ്ടെന്ന് തന്നെയാണ് ഞങ്ങൾ വിശ്വസിക്കുന്നത്.

അച്ഛന് എന്നും ഒരു കൊച്ചുകുട്ടിയുടെ മനസ്സായിരുന്നു. ഞങ്ങളുടെ കൂടെ മറ്റൊരു കുട്ടിയായി അച്ഛനും പ്രതികരിക്കും. തമാശ പറഞ്ഞും കുസൃതി കാട്ടിയും ഞങ്ങളെ പൊട്ടിച്ചിരിപ്പിക്കും. ഞങ്ങളുടെ കൂടെ നിഴ ലായി എപ്പോഴും അച്ഛന്റെ സാന്നിദ്ധ്യമുണ്ടായിരുന്നു. ആരെയും വെറു ക്കരുത് എന്നാണ് അച്ഛൻ പഠിപ്പിച്ചത്. ദ്രോഹിക്കുന്നവരെയും സ്നേഹി ക്കണം. ഞങ്ങൾക്ക് അച്ഛന്റെ പ്രകൃതം കണ്ട് അത്ഭുതം തോന്നാറുണ്ട്. മാനസികമായി അകന്നു നില്ക്കുന്നവരെപ്പോലും അച്ഛൻ തോളത്തു തട്ടി സന്തോഷിപ്പിക്കും. മനുഷ്യരെല്ലാം ഒരുപോലെയാണെന്നും ജാതിയും മതവും നോക്കാതെ എല്ലാവരോടും പെരുമാറണമെന്ന് അച്ഛൻ പറയു മായിരുന്നു. അച്ഛൻ പഠിപ്പിച്ച മറ്റൊരു പാഠം സത്യസന്ധതയുടേതാണ്. ചെയ്യുന്ന കാര്യങ്ങളിലെല്ലാം സത്യസന്ധമായ നിലപാടെടുക്കണം. ശരി യെന്നു തോന്നുന്നതിനുവേണ്ടി ഉറച്ചു നില്ക്കണം. ഒരു തീരുമാനമെടു ത്താൻ അതിൽനിന്നു മാറുകയും ചെയ്യരുത്.

ഞങ്ങളുടെ പഠനകാര്യങ്ങളിൽ അച്ഛൻ അതീവശ്രദ്ധാലുവായിരുന്നു.

ഞങ്ങൾ മക്കളെ കടമ്പേരി ജി യു പി സ്കൂളിൽ ചേർത്തതും പഠിപ്പി ച്ചതും അച്ഛനാണ്. അച്ഛന്റെ ക്ലാസിലിരുന്ന് പഠിക്കാൻ ഞങ്ങൾക്ക് വിഷമം തോന്നിയിട്ടില്ല. ചിലപ്പോൾ അച്ഛന് ദേഷ്യം വരും. അപ്പോഴൊക്കെ ശകാ രിക്കുന്നതല്ലാതെ ഒന്ന് നുള്ളിനോവിക്കാൻ പോലും തുനിഞ്ഞിരുന്നില്ല. നന്നായി പഠിക്കുന്ന കുട്ടികളെ അച്ഛൻ നന്നായി പ്രോത്സാഹിപ്പിക്കുമാ യിരുന്നു. വീട്ടിൽ വച്ച് ഞങ്ങളെ പഠിപ്പിക്കാനൊന്നും അച്ഛന് നേരം കിട്ടാ റില്ല. സ്കൂൾ വിട്ട് കഴിഞ്ഞാൽ അച്ഛൻ നേരെ കണ്ണൂരിലേക്ക് ബസുകയ റും. വീടിനെക്കാൾ അച്ഛന് താല്പര്യം സംഘടനാകാര്യങ്ങളിലായിരുന്നു. അദ്ധ്യാപകരംഗത്തെ പ്രശ്നങ്ങൾ പരിഹരിക്കാൻ അച്ഛൻ സമരമുഖത്തി റങ്ങിയത് ഞങ്ങൾക്ക് ഓർമ്മയുണ്ട്.

ഞാനും ജ്യേഷ്ഠൻ ജയദേവനും കേരളത്തിന്റെ പല ഭാഗങ്ങളിലും സഞ്ചരിക്കുന്നവരാണ്. എവിടെയാണ് വീടെന്ന് ചോദിച്ചാൽ കടമ്പേരിയി ലാണെന്ന് ഞങ്ങൾ പറയുമായിരുന്നു. കടമ്പേരി എന്നു കേൾക്കുമ്പോൾ മറ്റുള്ളവർ ആദരവോടെ വീണ്ടും ചോദിക്കുന്നത് കടമ്പേരി മാഷെ അറി യുമോ എന്നാണ്. ഞങ്ങൾ അദ്ദേഹത്തിന്റെ മക്കളാണെന്ന് കേൾക്കു മ്പോൾ അവരുടെ മുഖത്ത് ആദരവും സ്നേഹവും തുടിച്ചുവരുമായിരു ന്നു. അച്ഛന്റെ മക്കളെന്ന സ്നേഹം കേരളത്തിന്റെ നാനാ ഭാഗങ്ങളിൽ നിന്നും ഞങ്ങൾക്ക് കിട്ടിയിരുന്നു. അത്ര വിപുലമായ സ്നേഹബന്ധങ്ങ ളാണ് അച്ഛൻ സൃഷ്ടിച്ചത്. അച്ഛന്റെ വേർപാടിൽ ദുഃഖിച്ചുകഴിയുന്ന ഞങ്ങ ളുടെ ഉൾക്കരുത്ത് ആ സ്നേഹബന്ധങ്ങളാണ്.

അച്ഛന്റെ ജീവനെപ്പോലെ കൊണ്ടുനടന്ന സ്ഥാപനമാണ് കടമ്പേരി സി ആർ സി വായനശാല. ഗ്രന്ഥശാലയുടെ ദീർഘകാലത്തെ ചുമതല ക്കാരനും അച്ഛനായിരുന്നു. പുറമെ പോയിവരുമ്പോൾ അച്ഛൻ പലഹാര ങ്ങൾ വാങ്ങുന്നതുപോലെ പുസ്തകങ്ങളും വാങ്ങിക്കൊണ്ടുവരുമായി രുന്നു. വായനശാലയുമായി മക്കളെ ബന്ധപ്പെടുത്തിയതും അച്ഛനാണ്. വായനയുടെ പ്രാധാന്യത്തെക്കുറിച്ച് പലതവണ അച്ഛൻ ഓർമ്മിപ്പിച്ചിട്ടു ണ്ട്. ബാലസംഘത്തിന്റെ ക്യാമ്പുകളിൽ അച്ഛനോടൊപ്പം പങ്കെടുത്ത ഓർമ്മകളും അയവിറക്കാറുണ്ട്.

കുടുംബാംഗങ്ങളോട് അച്ഛൻ പുലർത്തിയ സ്നേഹബന്ധമാണ് മറ്റൊരു സവിശേഷത. സഹോദരിമാരുടെ വീടുകളിലെല്ലാം ഇടയ്ക്കിടെ പോകുമായിരുന്നു. ഇടയ്ക്കിടെ അകന്ന ബന്ധത്തിൽപ്പെട്ടവരുമായും ഫോൺ മുഖാന്തിരം ബന്ധപ്പെടും. ആർക്കെങ്കിലും അസുഖം വന്നാൽ അച്ഛൻ തന്നെയണ് ഡോക്ടറെ കാണാൻ പോകുന്നത്. ഞങ്ങളുടെ കുടും ബത്തിന് അച്ഛൻ പടർന്നു പന്തലിച്ച തണൽമരം പോലെയായിരുന്നു. രാവിലെ പതിവിൽനിന്നും നേരത്തെ അച്ഛൻ വീട്ടിൽനിന്ന് പുറപ്പെട്ടാൽ രാത്രി ചുറ്റും വീശി കടന്നുവരും. വീട്ടിലെത്തിയാൽ രാവിലെ മുതൽക്കുള്ള കാര്യങ്ങളെല്ലാം അമ്മയെ വിസ്തരിച്ച് കേൾപ്പിക്കും. ആ സമയം ഞങ്ങൾ മക്കൾ കൗതുകത്തോടെ ചുറ്റിനുമിരിക്കും. അച്ഛന്റെ ഒരു ശീലമായിരുന്നു ആരെ കണ്ടാലും എന്ത് പ്രവർത്തിച്ചാലും അതെല്ലാം കുടുംബാംഗങ്ങളുമായി പങ്കിടണം എന്ന തോന്നൽ. ദൂരെ എവിടെപ്പോ

യാലും പല തവണ വീട്ടിലേക്ക് ഫോൺ ചെയ്യും. കുട്ടികളുടെ കാര്യ ങ്ങൾ പ്രത്യേകം അന്വേഷിക്കും. കുട്ടികളോട് ഫോണിൽ സംസാരിക്ക ണമെന്നത് അച്ഛന് നിർബ്ബന്ധമാണ്. അതുപോലെ തന്നെ ഞങ്ങൾ മക്കൾ വീട്ടിലെത്താൻ വൈകിയാൽ അച്ഛന്റെ ഫോൺ പലതവണ വരു മായിരുന്നു. വീട്ടിലുള്ള വേളകളിലെല്ലാം ഞങ്ങൾ ഒന്നിച്ചിരുന്നാണ് ഭക്ഷണം കഴിക്കുക. പച്ചക്കറി ഭക്ഷണമാണ് അച്ഛന് പൊതുവെ ഇഷ്ടം. എന്നാൽ മത്സ്യവും പ്രിയമാണ്. വെള്ളത്തിൽ തേൻ ചേർത്ത് കഴിക്കു ന്നത് അച്ഛന്റെ ഒരു പതിവാണ്. രോഗം വന്നാൽ അലോപ്പതി ഡോക്ടറെ കാണിക്കുമെങ്കിലും ആയുർവ്വേദമരുന്നാണ് അച്ഛന് ഏറെ ഇഷ്ടം.

വീട്ടിലുള്ളപ്പോൾ അധികസമയവും എഴുത്തിനും വായനയ്ക്കുമായി അച്ഛൻ വിനിയോഗിക്കും. ഞങ്ങൾ മക്കൾക്ക് നേതാക്കളുടെ വീരകഥ കൾ പറഞ്ഞുതരും. പുരാണത്തിലെ ധീരരായ കുട്ടികളുടെ കഥകളും പറയുമായിരുന്നു. മൊറാഴ സമരത്തെക്കുറിച്ച് അച്ഛൻ പലതവണ പറ ഞ്ഞിട്ടുണ്ട്. ഒരുപക്ഷേ, മലബാറിലെ നാടുവാഴി ജന്മിത്വ വിരുദ്ധ പോരാ ട്ടങ്ങളെല്ലാം ഞങ്ങൾ അറിഞ്ഞത് അച്ഛന്റെ വാക്കുകളിലൂടെയാണെന്ന് പറയാം.

അച്ഛനുനേരെ ആക്രമണനീക്കമുണ്ടായത് ഞങ്ങളെ ഞെട്ടിക്കുന്ന വാർത്തയായിരുന്നു. സ്കൂളിൽ പഠിപ്പിച്ചുകൊണ്ടിരുന്ന അച്ഛനെ വകവ രുത്താൻ ആയുധങ്ങളുമായാണ് എതിരാളികൾ കടന്നുകയറിയത്. അദ്ധ്യാ പകരും നാട്ടുകാരും കുട്ടികളും ചെറുത്തുനിന്നതുകൊണ്ട് മാത്രം അച്ഛന്റെ ജീവൻ രക്ഷപ്പെട്ടു.

അച്ഛന്റെ കാലിന് അസുഖമുണ്ടായിരുന്നു. എന്നാൽ അത് മാരക മായ രൂപത്തിലേക്ക് എത്തുന്നതായിരുന്നില്ല. എങ്കിലും അപ്രതീക്ഷിത മായി ആ രാത്രിയിൽ അച്ഛന്റെ രോഗം മൂർച്ഛിച്ചു. അച്ഛന്റെ ആത്മമിത്ര മായ പ്രഭാകരൻ ഡോക്ടർ ഉടനെ പാഞ്ഞെത്തി. സമയം ഒട്ടും കളയാതെ പരിയാരം മെഡിക്കൽ കോളേജിൽ അഡ്മിറ്റ് ചെയ്തു. വാർത്ത കേട്ട് സുഹൃത്തുക്കളും പാർട്ടി പ്രവർത്തകരും നേതാക്കന്മാരും ആശുപത്രി യിലേക്ക് ഒഴുകുകയായിരുന്നു. അസുഖം ഭേദപ്പെട്ട് വീട്ടിലേക്ക് പോകാ മെന്ന് തന്നെ ഞങ്ങൾ വിശ്വസിച്ചു. പക്ഷേ. അമ്മയെയും മക്കളെയും വേർപാടിലാഴ്ത്തിക്കൊണ്ട് അച്ഛൻ കടന്നുപോയി. അച്ഛന്റെ ചരമവൃത്താ ന്തമറിഞ്ഞ് നാടാകെ ബക്കളത്തേക്ക് പ്രവഹിക്കുകയായിരുന്നു. ജനഹൃ ദയങ്ങളിൽ അച്ഛന്റെ സാന്നിദ്ധ്യം ഊട്ടിയുറപ്പിക്കുന്നതായിരുന്നു ആ അന്ത്യയാത്ര.

പാർട്ടി പ്രവർത്തനവും ബാലസംഘം പ്രവർത്തനവുമായി ബന്ധ പ്പെട്ട് അച്ഛൻ കേരളം മുഴുവൻ യാത്ര ചെയ്യുമായിരുന്നല്ലോ... ഞങ്ങളുടെ അച്ഛൻ അതുപോലെയുള്ള ഒരു യാത്രയിലാണെന്നാണ് ഇപ്പോഴും വിശ്വ സിക്കുന്നത്. അച്ഛന്റെ വേർപാട് ഉൾക്കൊള്ളാനാവാതെ ഞങ്ങൾ സങ്കട പ്പെടുകയാണ്. ആശ്വാസത്തിന്റെ കൈത്തിരിയുമായി ഈ നാടാകെ ഒപ്പ മുണ്ടെന്ന് ഞങ്ങൾ തിരിച്ചറിയുന്നു. എങ്കിലും കുളക്കരയിലൂടെ ഒരു വെളിച്ചം കടന്നുവരുന്നുണ്ടോ എന്ന് ഞങ്ങൾ കാത്തിരിക്കുകയാണ്.

1
നാടും വീടും

പി വി കുഞ്ഞിരാമൻ എന്ന കടമ്പേരി മാഷ് ജനിച്ചത് കല്യാശ്ശേരി ക്കടുത്ത ബക്കളം ഗ്രാമത്തിലാണ്. ചെങ്കൊടിത്തണലിൽ ചുവപ്പണിഞ്ഞ നാടാണത്. ബ്രിട്ടന്റെ മുട്ടു വിറപ്പിച്ച മൊറാഴയുടെ ഭാഗവുമാണീ പ്രദേശം.

കാക്കി ധരിച്ചവർ നാടടക്കിവാണ കാലമായിരുന്നു അത്. ആ ഭീകര തയെ അതിജീവിച്ച കർഷകഗ്രാമമാണ് കടമ്പേരി.

കേരള സംസ്ഥാന കോൺഗ്രസിന്റെ പത്താം രാഷ്ട്രീയസമ്മേളനം 1939 ൽ നടന്നത് ബക്കളത്ത് രാമൻമേനോൻ നഗറിലാണ്. ബക്കളം രാഷ്ട്രീയസമ്മേളനത്തിന്റെ നിയന്ത്രണം പി കൃഷ്ണപിള്ളയ്ക്കായിരുന്നു. ധാരാളം തൊഴിലാളികളും കൃഷിക്കാരും ബക്കളം സമ്മേളനത്തിൽ പങ്കെ ടുത്തിരുന്നു.

കടമ്പേരി മാഷ് ജനിക്കുകയും വളരുകയും ചെയ്തത് ചരിത്രം പതി ഞ്ഞുറങ്ങുന്ന മണ്ണിലാണ്. ഇന്ത്യ സ്വതന്ത്രമാകുന്നതിനു പന്ത്രണ്ടുവർഷം മുമ്പാണ് അദ്ദേഹം ജനിച്ചത്. 1935 മെയ് 21 ന്. അമ്മ കടമ്പേരിയിലെ പുത്തൻ വീട്ടിൽ മാധവി. അച്ഛൻ കണ്ണാടിപ്പറമ്പിലെ വസ്ത്രവ്യാപാരി അനന്തൻ.

കണ്ണാടിപ്പറമ്പിലെ പ്രമുഖ കോൺഗ്രസ് പ്രവർത്തകനായിരുന്നു അനന്തൻ. ഗാന്ധിയൻ ദർശനം ജീവിതത്തിൽ പ്രാവർത്തികമാക്കാൻ ശ്രമിച്ചയാൾ.എന്നാൽ 1949 കളിൽ മലബാറിലുണ്ടായ പൊലീസ് നരനാ യാട്ടും മൊയാരത്ത് ശങ്കരന്റെ മരണവും അനന്തനെ വല്ലാതെ സ്വാധീ നിച്ചു. കോൺഗ്രസിന്റെ ആദർശരാഷ്ട്രീയത്തിന്റെ കാപട്യം ബോദ്ധ്യ മായ അദ്ദേഹം കമ്യൂണിസ്റ്റ് ആശയത്തോട് അനുഭാവം പുലർത്താനിട യായി.

കടമ്പേരി ക്ഷേത്രപരിസരത്താണ് മാഷടെ തറവാടെങ്കിലും കണ്ണാ

ടിപ്പറമ്പിൽ അച്ഛന്റെ കൂടെയാണ് കുട്ടിക്കാലം കഴിച്ചുകൂട്ടിയത്. അവി ടത്തെ ഹിന്ദു എൽ പി സ്കൂളിൽ വിദ്യാഭ്യാസം തുടങ്ങി. കണ്ണാടിപ്പറമ്പ് എന്ന ഗ്രാമം അക്കാലത്ത് ഏറെ ശ്രദ്ധ പിടിച്ചുപറ്റിയിരുന്നു. അദ്ധ്യാപക നേതാവ് ടി സി നാരായണൻ നമ്പ്യാരുടെ പ്രവർത്തന കേന്ദ്രമായിരുന്നു അത്. അദ്ദേഹത്തെ സ്കൂളിൽനിന്ന് പിരിച്ചു വിട്ട സംഭവമുണ്ടായിരുന്നു. ജനങ്ങൾ ഒന്നടങ്കം ഇടപെട്ട് അദ്ദേഹത്തെ തിരികെ ജോലിയിൽ പ്രവേ ശിപ്പിക്കുകയായിരുന്നു.

ക്ലാസിലെ മിടുക്കനായ കുട്ടിയായിരുന്നു കടമ്പേരി മാഷ്. പാഠഭാ ഗത്തെ കവിതകളോടാണ് കുട്ടിക്ക് കൂടുതൽ താല്പര്യം തോന്നിയത്. ഒന്നിലും രണ്ടിലും പഠിപ്പിച്ച അദ്ധ്യാപകൻ മലയാളം അദ്ധ്യാപകർ കവി തകൾ ഈണത്തിൽ ചൊല്ലുമായിരുന്നു.

കുട്ടികളെ കൊണ്ടെല്ലാം ഏറ്റുചൊല്ലിക്കും. ഒഴിവുസമയത്ത് അച്ഛന്റെ വസ്ത്രക്കടയിൽ ചെന്നിരിക്കുമായിരുന്നു. അവിടെ വന്നിരിക്കുന്നവർ ഗാന്ധിജിയെക്കുറിച്ചും കോൺഗ്രസിനെക്കുറിച്ചും സംസാരിക്കുന്നത് കുട്ടി കേട്ടിരുന്നു. സ്വാഭാവികമായും ഗാന്ധിജിയെ അറിയാനും ആദരിക്കാനു മുള്ള ആഗ്രഹം ബാലനിൽ വളർന്നു. ഗാന്ധിജിയുടെ അയിത്തോച്ചാടന ത്തോടും മദ്യവർജ്ജനത്തോടുമായിരുന്നു കൂടുതൽ താല്പര്യം. ആ താല്പര്യം ജീവിതത്തിലുടനീളം നിലനിന്നിരുന്നു.

ഹിന്ദു എൽ പി സ്കൂളിലെ പഠനം കഴിഞ്ഞ് കണ്ണാടിപ്പറമ്പ് ദേശ സേവാ യു പി സ്കൂളിൽ ചേർന്നു. ഇ എസ് എസ് എൽ സി വരെ അവിടെ പഠിച്ചു. ദേശസേവാസ്കൂളിൽ അന്ന് ദേശീയ പ്രസ്ഥാനത്തിൽ പ്രവർത്തിക്കുന്ന അദ്ധ്യാപകരുണ്ടായിരുന്നു. അദ്ധ്യാപക നേതാവ് ടി സി നാരായണൻ നമ്പ്യാരും അവിടെ പഠിപ്പിച്ചിരുന്നു. മൊറാഴ സംഭവം നടന്ന കാലമാണത്. സ്കൂളിൽ ക്ലാസില്ലാത്ത സമയത്തെല്ലാം കടമ്പേരി മാഷ് കടമ്പേരിയിൽ അമ്മയുടെ വീട്ടിലെത്തുമായിരുന്നു.

മൊറാഴ സംഭവത്തിനുശേഷം കടമ്പേരിയിൽ പൊലീസ് ഭീകരാന്ത രീക്ഷം തന്നെ സൃഷ്ടിച്ചിരുന്നു. സ്വന്തം തറവാട്ടിലും പൊലീസ് കയറി യിറങ്ങി. വലിയമ്മാവനെ പൊലീസ് ഭീഷണിപ്പെടുത്തുകയും മർദ്ദിക്കു കയും ചെയ്യുന്നത് മാഷടെ കുട്ടിക്കാലത്തെ നടുക്കുന്ന ഓർമ്മയാണ്.

ഒരുദിവസം സന്ധ്യാസമയം. വലിയമ്മാവൻ കുളികഴിഞ്ഞ് ഭസ്മം തൊട്ട് ജപിക്കുകയായിരുന്നു. കടമ്പേരി മാഷടക്കമുള്ള മരുമക്കൾ ചമ്രം പടിഞ്ഞിരുന്ന് ജപം കേൾക്കുന്നു. ജപം കഴിഞ്ഞ് വേണം ഭക്ഷണം കിട്ടാൻ.

ജപിക്കുന്നതിനിടയിൽ പറമ്പതിർത്തിയിൽ എന്തോ ബഹളം. ആല യിലെ നാല്ക്കാലികൾ കരയുന്നു. എന്തോ കണ്ടു പേടിച്ചതുപോലെ. കാരണവർ സഹോദരിയെ വിളിച്ച് കാര്യമന്വേഷിച്ചു. സഹോദരി മാധവി ആലയുടെ നേർക്ക് നടക്കുന്നതിനിടയിൽ മുറ്റത്തേക്ക് പൊലീസുകാർ ഓടിക്കയറി. അവരുടെ ബൂട്ടടി കേട്ടാണ് പശുക്കൾ അലറിയത്.

വീട്ടിലെ കുട്ടികളും പേടിച്ചു വിറച്ചു. വലിയമ്മാവൻ ജപം നിർത്തി

എഴുന്നേറ്റു. വലിയമ്മാവന്റെ മകൻ കർഷകസംഘം പ്രവർത്തകനായി രുന്നു. മൊറാഴ സംഭവത്തിൽ അയാൾ പങ്കെടുത്തിരുന്നു. മകനെ അന്വേ ഷിച്ചാണ് പൊലീസെത്തിയത്. എവിടെടാ മകനെന്ന് ഇൻസ്പെക്ടർ ചോദിച്ചു. അവൻ വീട്ടിൽ വരാതായിട്ട് ദിവസങ്ങളായെന്ന് അമ്മാമൻ പറ ഞ്ഞെങ്കിലും പൊലീസുകാർ വിശ്വസിച്ചില്ല. അകത്തുള്ള സ്ത്രീകളും കുട്ടികളും പേടിച്ച് നിലവിളിച്ചു. പൊലീസ് വീടാകെ പരിശോധിച്ചു.

മകനെ കണ്ടെത്തിയില്ല. വലിയമ്മാമൻ ഇതിനിടയിൽ തളർച്ചയനു ഭവപ്പെട്ട് വരാന്തയിലെ കട്ടിലിൽ ഇരുന്നു. മോനില്ലെങ്കിൽ വേണ്ട... അച്ഛ നാകട്ടെ.. എന്ന് ഇൻസ്പെക്ടർ കല്പിച്ചു. തളർന്നിരിക്കുന്ന അമ്മാമനെ പൊലീസുകാർ ആഞ്ഞടിച്ചു.

അടിയേറ്റ് അമ്മാവൻ ചരിഞ്ഞു വീണു. പിന്നെയും അടി തുടർന്നു. വലിയമ്മാവന്റെ ബോധം നശിച്ചിട്ടേ മർദ്ദനം നിർത്തിയുള്ളൂ.. മോനെ ഹാജ രാക്കിയില്ലെങ്കിൽ അച്ഛനെ പിടിച്ച് ലോക്കപ്പ് ചെയ്യും.. സബ് ഇൻസ്പെ ക്ടർ ഭീഷണി മുഴക്കി.

കടമ്പേരി മാഷ് ആ രംഗം വിവരിക്കുന്നതു നോക്കുക: "അടിയേറ്റ് ജീവച്ഛവമായി അമ്മാവൻ നിലത്തു വീണു കിടക്കുകയായിരുന്നു.. കുട്ടി കളായ ഞങ്ങൾ പേടിച്ചു വിറച്ചു. ബൂട്ടിന്റെ ഒച്ച അകന്നകന്നു പോയ പ്പോഴാണ് ആശ്വാസം കിട്ടിയത്. അയൽപക്കത്തുള്ളവരും ഓരോരാളായെ ത്തി. വലിയമ്മാവനെ കട്ടിലിലെടുത്തു കിടത്തി. ഇതിനിടയിൽ വൈദ്യരെ വരുത്തി. അമ്മാമൻ കണ്ണുതുറക്കുന്നതുവരെ എല്ലാവരും ചുറ്റിലുമിരു ന്നു.

അടികൊണ്ട അമ്മാവന്റെ ദേഹം ശരിപ്പെട്ടുവരുവാൻ മാസങ്ങളുടെ ചികിത്സ വേണ്ടി വന്നു. ഞാൻ വീട്ടിലെത്തിയാലെല്ലാം അമ്മാവന്റെ അടുത്തു ചെന്നിരിക്കും. അടിയുടെ വേദന ഇപ്പോഴുമുണ്ടോ എന്ന് ചോദി ക്കും. വലിയമ്മാവൻ ചിരിക്കും. ചിരിച്ചുകൊണ്ട് അദ്ദേഹം പറയും. എനിക്ക് കിട്ടിയത് ചെറിയതല്ലേ? പലർക്കും കിട്ടിയത് ഇതിനേക്കാൾ ക്രൂരമായ താണ്.

മൊറാഴയുടെ കഥ മരുമകന് പറഞ്ഞുകൊടുത്തതും വലിയമ്മാവ നാണ്. ദേശസേവാ യു പി സ്കൂളിൽനിന്ന് ഇ എസ് എൽ സി പാസായ ശേഷം തുടർപഠനത്തിന് മാഷ് ചേർന്നത് പറശ്ശിനിക്കടവ് ഹൈസ്കൂളി ലാണ്. കടമ്പേരിയിൽ അമ്മയുടെ വീട്ടിൽ താമസിച്ചാണ് പറശ്ശിനിയി ലേക്ക് പോയിരുന്നത്.

അക്കാലത്ത് ഹൈസ്കൂളിൽ ഡീറ്റൻഷൻ സമ്പ്രദായം നിലനിന്നി രുന്നു. പിന്നോക്കം നില്ക്കുന്ന കുട്ടികളെ എസ് എസ് എൽ സിക്ക് ഇരു ത്താതെ മാറ്റിനിർത്തുന്ന സമ്പ്രദായമായിരുന്നു അത്. വിജയ ശതമാനം കൂട്ടാൻ വേണ്ടി നടത്തുന്ന വിദ്യയാണിത്. പറശ്ശിനിക്കടവ് ഹൈസ്കൂ ളിൽ ഈ രീതി നടപ്പിലാക്കാൻ മാനേജ്മെന്റ് ശ്രമിച്ചപ്പോൾ കടമ്പേരിമാ ഷടെ നേതൃത്വത്തിൽ കുട്ടികൾ സമരം ചെയ്തു. ഇതിന്റെ ഫലമായി മാഷക്കും പരീക്ഷയ്ക്കിരിക്കാൻ അനുമതി നല്കിയില്ല.

സമരം കൂടുതൽ ശക്തമായി. അന്ന് ടി സി നാരായണൻ നമ്പ്യാർ മദിരാശി നിയമസഭയിൽ അംഗമായിരുന്നു.. അധ്യാപകസംഘടനാ നേതാവുകൂടിയായ അദ്ദേഹം ഡീറ്റൻഷൻ സമ്പ്രദായം അവസാനിപ്പിക്കണമെന്നാവശ്യപ്പെട്ടു. ഒരു നിയമം വഴി പ്രസ്തുത സമ്പ്രദായം എടുത്തുകളഞ്ഞു. അങ്ങനെ കടമ്പേരി മാഷ് പറശ്ശിനിക്കടവ് ഹൈസ്കൂളിൽത്തന്നെ പരീക്ഷയെഴുതി. എസ് എസ് എൽ സി നല്ല നിലയിൽ പാസായെങ്കിലും കോളേജിൽ ചേർന്ന് പഠിപ്പിക്കാനുള്ള സാഹചര്യമുണ്ടായില്ല.

കോളേജു പഠനത്തിന് തലശ്ശേരിയിൽ പോകണം. വസ്ത്രവ്യാപാരത്തിൽ സഹായിയായി നില്ക്കാൻ അച്ഛൻ നിർദ്ദേശിച്ചു. മകനും അത് സമ്മതമായിരുന്നു. തുണിക്കടയിൽ നില്ക്കുമ്പോൾ തന്നെ തുന്നൽപ്പണി പഠിച്ചു. കണ്ണാടിപ്പറമ്പിൽനിന്ന് നെയ്തു പഠിക്കാനും തുടങ്ങി. തുന്നൽക്കാർക്കും നെയ്ത്തുകാർക്കും നല്ല ഡിമാന്റുള്ള കാലമായിരുന്നു അത്. ഒരു വർഷക്കാലം അച്ഛന്റെ പീടികയിൽ കഴിഞ്ഞു.

സഹപാഠികളായ പലരും ട്രെയിനിങ്ങിന് പോകുന്നുണ്ടായിരുന്നു. ടീച്ചേഴ്സ് ട്രെയിനിങ് കഴിക്കണമെന്ന് മകൻ ആഗ്രഹം പ്രകടിപ്പിച്ചു. അച്ഛൻ എതിർ നിന്നില്ല. ട്രെയിനിങ് കഴിച്ച കടമ്പേരി മാഷ് കണ്ണാടിപ്പറമ്പിൽത്തന്നെ മാപ്പിള എൽ പി സ്കൂളിൽ അദ്ധ്യാപകനായി.

സംതൃപ്തമാണ് കടമ്പേരി മാഷടെ കുടുംബ ജീവിതം. പി വി കാർത്ത്യായനിയാണ് മാഷടെ സഹധർമ്മിണി. കുടുംബിനിയെന്ന നിലയിൽ മാഷടെ പ്രവർത്തനങ്ങൾക്കെല്ലാം താങ്ങും തണലുമായി അവർ നില കൊണ്ടിരുന്നു. ദമ്പതികൾക്ക് നാലുമക്കളാണ്. മൂത്തമകൻ ജയദേവൻ ചോളമണ്ഡൽ ഫിനാൻസിന്റെ കേരളസംസ്ഥാന ചുമതല വഹിക്കുന്നു. സിദ്ധുവാണ് ഭാര്യ. മകൾ സ്നേഹ. രണ്ടാമത്തെ മകൻ രാജേഷ് പൊലീസ് വിഭാഗത്തിൽ ജോലി ചെയ്യുന്നു. ഭാര്യ ഷീന. മക്കൾ ആര്യ, ആദിഷ്. മകൾ രേണുകയുടെ ഭർത്താവ് പ്രേമരാജൻ. അവർക്ക് രശ്മി, രാഹുൽ എന്നീ രണ്ടു മക്കളാണ്. രാജശ്രീയുടെ ഭർത്താവ് രാമചന്ദ്രൻ. മക്കൾ ആതിര, തുഷാര. പേരക്കുട്ടികളെയാണ് കടമ്പേരി മാഷ് ഏറെ സ്നേഹിച്ചത്. യാത്രാവേളകളിലെല്ലാം നിരന്തരം വീട്ടിലേക്ക് വിളിച്ച് കുശലാന്വേഷണം നടത്തുന്നത് അദ്ദേഹത്തിന്റെ പ്രത്യേകതയാണ്.

2
അദ്ധ്യാപകൻ

സ്വകാര്യസ്കൂൾ മാനേജ്മെന്റു സമ്പ്രദായം അവസാനിപ്പിക്കണ മെന്ന മുദ്രാവാക്യം ഉയർന്നുകൊണ്ടിരുന്ന 1957 ലാണ് കടമ്പേരി മാഷ് അദ്ധ്യാപകജീവിതം തുടങ്ങുന്നത്. ഇ എം എസിന്റെ നേതൃത്വത്തിൽ കമ്യൂണിസ്റ്റ് മന്ത്രിസഭ അധികാരത്തിലെത്തിയ കാലമാണ്. ഇ എം എസ് മന്ത്രിസഭ കൊണ്ടുവന്ന സുപ്രധാനമായ രണ്ടു ബിൽ കർഷകർക്കുവേ ണ്ടിയും അദ്ധ്യാപകർക്കുവേണ്ടിയുമായിരുന്നു.

മാനേജുമെന്റുകളുടെ കീഴിൽ അടിമത്തം അനുഭവിച്ചുകൊണ്ടിരുന്ന അദ്ധ്യാപകർക്ക് സ്വതന്ത്രമായ തൊഴിൽ സാഹചര്യം സൃഷ്ടിച്ചത് ആ മന്ത്രിസഭയാണ്. വിദ്യാഭ്യാസത്തിന്റെ ഉത്തരവാദിത്തം മുഴുവൻ സ്റ്റേറ്റ് ഏറ്റെടുക്കണമെന്ന ആവശ്യം അദ്ധ്യാപകർ ഉയർത്തിപ്പിടിച്ചിരുന്നു.

കണ്ണാടിപ്പറമ്പ് മാപ്പിള എൽ പി സ്കൂളിൽ ഒരു ലീവ് വേക്കൻസി യിലാണ് കടമ്പേരി മാഷ് ആദ്യം അദ്ധ്യാപകനായത്. തുടർന്ന് ബക്ക ളത്ത് മാപ്പിള എൽ പി സ്കൂളിലേക്ക് മാറി. പിന്നീട് ദീർഘകാലം അവി ടെയാണ് ജോലിയെടുത്തത്. മാഷ് ചേരുമ്പോൾ അത് ഡിസ്ട്രിക്റ്റ് ബോർഡ് സ്കൂളായിരുന്നു. ഇ എം എസ് സർക്കാർ ഡിസ്ട്രിക്റ്റ് ബോർഡ് നിർത്തലാക്കി.ബോർഡിനു കീഴിലുള്ള വിദ്യാലയങ്ങളെ സർക്കാർ വിദ്യാ ലയങ്ങളായി അംഗീകരിച്ചു. കടമ്പേരി മാഷ് അങ്ങനെ സർക്കാർ സ്കൂൾ അദ്ധ്യാപകനായി.

അദ്ധ്യാപകനെന്ന നിലയിൽ കടമ്പേരിമാഷടെ പ്രവർത്തനം മാതൃ കാപരമായിരുന്നു. അദ്ധ്യാപനം രാഷ്ട്രത്തെ സേവിക്കാനുള്ള ഉപാധി യായി മാഷും സ്വീകരിച്ചു. കുട്ടികളെ നാടിന്റെ വാഗ്ദാനങ്ങളാക്കി വളർത്തി യെടുക്കാൻ അദ്ധ്യാപകർ ശ്രദ്ധിക്കണമെന്നദ്ദേഹം പറയും. ക്ലാസിൽ വടി യെടുത്ത് ദേഷ്യപ്പെടുന്ന സ്വഭാവം മാഷക്കില്ലായിരുന്നു. കുട്ടികളുടെ

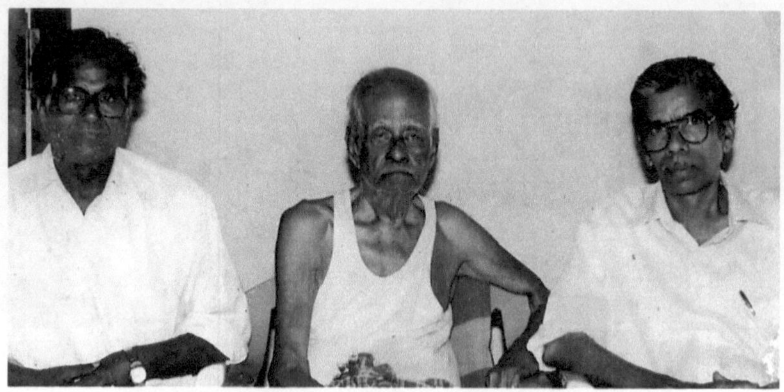

സുബ്രഹ്മണ്യഷേണായിയോടൊപ്പം കടമ്പേരി മാഷ് (ഇടത്ത്)
വലത്ത് പയ്യന്നൂർ കുഞ്ഞിരാമൻ

കൈയെഴുത്ത് നന്നാവണമെന്ന് മാഷ് നിഷ്കർഷിക്കും. അതിനുവേണ്ടി കോപ്പിയെഴുത്തും പകർത്തിയെഴുത്തും മുടങ്ങാതെ ശീലിപ്പിക്കും. സ്കൂളിലെ പാഠ്യേതര പ്രവർത്തനങ്ങളിലെല്ലാം കടമ്പേരി മാഷിടപെടു മായിരുന്നു.

അദ്ധ്യാപകസംഘടനാരംഗത്ത് മാഷ് സജീവമായിരുന്നു. ബക്കള ത്തിന്റെ രാഷ്ട്രീയപാരമ്പര്യം സിരകളിലേറ്റുവാങ്ങിയ മാഷ് കെ ജി പി ടി എയുടെ പ്രവർത്തകനായിരുന്നു. താമസിയാതെ ജില്ലാ ജോയിന്റ് സെക്ര ട്ടറി, ജില്ലാ ട്രഷറർ എന്നീ സ്ഥാനങ്ങൾ വഹിച്ചു. പില്ക്കാലത്ത് കെ ജി ടി എ രൂപീകരിച്ചപ്പോൾ അതിന്റെ സ്റ്റേറ്റ്കമ്മിറ്റി മെമ്പറും സ്റ്റേറ്റ് കൗൺസിൽ അംഗവുമായി.

ജില്ലാതലത്തിൽ അക്കാദമിക് കമ്മിറ്റി രൂപീകരിച്ചപ്പോൾ അതിന്റെ കൺവീനറായത് കടമ്പേരി മാഷാണ്. വിദ്യാഭ്യാസരംഗത്തെ പ്രശ്നങ്ങ ളുയർത്തിപ്പിടിച്ച് സംഘടന സമരരംഗത്തിറങ്ങിയപ്പോൾ മാഷ് സമരസ മിതിയുടെ ജില്ലാകൺവീനറായി പ്രവർത്തിച്ചു. അദ്ധ്യാപകരുടെ കലാ സാഹിത്യവാസനയെ പ്രോത്സാഹിപ്പിക്കാൻ സിംഫണി എന്ന പേരിൽ ഒരു സംഘടനയ്ക്ക് രൂപംകൊടുത്തിരുന്നു. അതിന്റെ ജില്ലാതല കൺവീ നർ സ്ഥാനം ഏല്പിച്ചതും കടമ്പേരി മാഷെയാണ്.

സമരപാരമ്പര്യമുള്ള മണ്ണിൽ നിന്നുവന്ന കടമ്പേരിമാഷക്ക് അദ്ധ്യാ പകരംഗത്ത് അടങ്ങിയിരിക്കാനാകുമായിരുന്നില്ല. അക്കാലത്ത് നടന്ന സമ രങ്ങൾക്കെല്ലാം മാഷ് നേതൃത്വപരമായ പങ്കുവഹിച്ചു.

1965 ലെ ചോക്ക് ഡൗൺ സമരം ശ്രദ്ധേയമായിരുന്നു. ഇടക്കാലാ ശ്വാസം അനുവദിക്കുക, ശമ്പളക്കമ്മീഷനെ നിയമിക്കുക, അപ്പർഗ്രേഡ് അനുവദിക്കുക തുടങ്ങിയ സുപ്രധാന ആവശ്യങ്ങൾക്കുവേണ്ടിയായി

രുന്നു ആ സമരം. ഒരുദിവസം അദ്ധ്യാപകർ ചോക്ക് തൊടാതെ നിരാ ഹാരവ്രതമെടുത്ത് കുട്ടികളെ പഠിപ്പിക്കുകയായിരുന്നു.

രാഷ്ട്രീയസ്വാതന്ത്ര്യം നേടിയെടുക്കാനുള്ളതാണ് 1969 ൽ നടത്തിയ സമരം. അക്കാലത്ത് സ്വകാര്യസ്കൂൾ അധ്യാപകർക്ക് രാഷ്ട്രീയസ്വാ തന്ത്ര്യം നല്കിയിരുന്നു. തങ്ങൾക്കും ആ സ്വാതന്ത്ര്യം വേണമെന്നാവ ശ്യപ്പെട്ടാണ് സർക്കാർ സ്കൂളധ്യാപകർ സമരം തുടങ്ങിയത്. ആവ ശ്യത്തെ പരിഹസിക്കാനും എതിർക്കാനും ചിലർ മുന്നോട്ടു വന്നിരുന്നു. സമരത്തിന്റെ പ്രചരണാർത്ഥം ഒരു കാൽനട ജാഥ സംഘടിപ്പിക്കുവാൻ നിശ്ചയിച്ചു. കാസർഗോഡുനിന്ന് തിരുവനന്തപുരത്തേക്കാണ് ജാഥ സംഘ ടിപ്പിച്ചത്. കടമ്പേരി മാഷ് ജാഥാംഗമായിരുന്നു. തിരുവനന്തപുരം സെക്ര ട്ടേറിയറ്റിനുമുന്നിൽ ആയിരക്കണക്കിനദ്ധ്യാപകരാണ് പ്രകടനം നടത്തി യത്. സെക്രട്ടേറിയറ്റിന്റെ ഗേറ്റുകളിൽ അദ്ധ്യാപകർ കുത്തിയിരുന്ന് സമരം ചെയ്തു. സമരത്തിനു നേരെ പൊലീസ് ലാത്തിച്ചാർജ് നടത്തി. അനേകം പേർക്ക് പരിക്ക് പറ്റി.

വലിയ കോലാഹലം സൃഷ്ടിച്ച ഒരു സംഭവമായിരുന്നു അത്. ലാത്തി ച്ചാർജിൽ പരസ്യാന്വേഷണം ആവശ്യപ്പെട്ട് അദ്ധ്യാപക നേതാവ് പി കെ നമ്പ്യാർ സെക്രട്ടേറിയറ്റ് ഗേറ്റിൽ അനിശ്ചിതകാല നിരാഹാര സമരം ആരംഭിച്ചു. ഒടുവിൽ മുഖ്യമന്ത്രി ഖേദം പ്രകടിപ്പിച്ചതിനെത്തു ടർന്ന് സമരം അവസാനിപ്പിച്ചു.

അദ്ധ്വാനഭാരം കുറയ്ക്കണമെന്നാവശ്യപ്പെട്ടുകൊണ്ട് 1970 ൽ നട ത്തിയതാണ് മറ്റൊരു ഉജ്ജ്വലസമരം. സംയുക്തസമരസമിതി രൂപീകരി ച്ചാണ് പ്രക്ഷോഭം തുടങ്ങിയത്. കടമ്പേരിമാഷ് സമരസമിതി ജില്ലാ കൺവീനറായിരുന്നു.

മദ്ധ്യവേനൽ അവധി വർഷത്തിൽ രണ്ടു ഘട്ടമാക്കാനുള്ള തീരുമാ നവും അക്കാലത്തുണ്ടായിരുന്നു. ഏഴു ദിവസം പണിമുടക്ക് നീണ്ടുനിന്നു. അന്ന് സി എച്ച് മുഹമ്മദ്കോയയായിരുന്നു വിദ്യാഭ്യാസ മന്ത്രി. അതു കൊണ്ടു തന്നെ ലീഗുകാർ സമരത്തെ എതിർത്തു. പണിമുടക്കിയ അദ്ധ്യാപകരെ മർദ്ദിച്ച സംഭവം വരെയുണ്ടായി. കടമ്പേരി മാഷടക്കമുള്ള നേതാക്കൾ ജാഗ്രതയോടെ കാവലിരുന്ന സന്ദർഭമാണത്.

1973 ലെ ഐതിഹാസികസമരത്തിലും കടമ്പേരിമാഷടെ നേതൃപാ ടവം വ്യക്തമായിരുന്നു. പിക്കറ്റിങ്ങടക്കം നടത്തിക്കൊണ്ടുള്ള സമരത്തിന് എൻ ജി ഒ അദ്ധ്യാപകസംയുക്തസമരസമിതിയാണ് നേതൃത്വം നല്കി യത്. പണിമുടക്കിയവർ സർവ്വീസിൽ തിരികെ വരേണ്ടതില്ലെന്ന നില പാടാണ് സർക്കാർ സ്വീകരിച്ചത്. 'നോ വർക്ക് നോ പേ' എന്ന പ്രഖ്യാപ നത്തോടെ ഡെയ്സ്നോണും ഏർപ്പെടുത്തി.

സമരം നീണ്ടതോടെ ജീവനക്കാരുടെ പ്രയാസങ്ങളും കൂടി. പീടി കയിൽനിന്ന് സർക്കാർ ജീവനക്കാർക്ക് സാധനങ്ങൾ കിട്ടാത്ത നിലയു

ണ്ടായി. പല വീടുകളിലും പട്ടിണിയുണ്ടായി. കടമ്പേരിമാഷടക്കമുള്ള വർ സമരസഹായസമിതിയുടെ സഹായത്തോടെ സർക്കാർ ജീവനക്കാ രുടെ പട്ടിണി മാറ്റാൻ ശ്രമിച്ചു. തൊഴിലാളികളും കൃഷിക്കാരും സഹാ യിക്കാൻ മുന്നോട്ടു വന്നു.

സർക്കാർ സമരക്കാരെ കടന്നാക്രമിക്കുകയുണ്ടായി. കടമ്പേരി മാഷ ടക്കമുള്ളവർക്കെതിരെ കള്ളക്കേസ് ചുമത്തി. പലരെയും സസ്പെന്റ് ചെയ്തു. നിരവധിപേരെ അറസ്റ്റുചെയ്തു.

കടമ്പേരിമാഷ് മുപ്പത്തിമൂന്നു വർഷം അദ്ധ്യാപകനായി. കുറ്റ്യേരി, പെടേന എന്നിവിടങ്ങളിൽ ഹെഡ്മാസ്റ്ററായി സേവനമനുഷ്ഠിച്ചു. കോട ല്ലൂർ എൽ പി സ്കൂളിൽ ഹെഡ്മാസ്റ്ററായിരിക്കെയാണ് വിരമിച്ചത്.

ഇന്ത്യാ-ചൈനായുദ്ധകാലത്ത് ചൈനാചാരത്വം ആരോപിച്ച് മാഷെ അറസ്റ്റുചെയ്ത് ജയിലിലടയ്ക്കാൻ ശ്രമം നടന്നിരുന്നു. അടിയന്തരാവ സ്ഥാകാലത്താണ് മാഷെ ഏറെ പീഡിപ്പിക്കാൻ വീണ്ടും ശ്രമം നടന്നത്. അക്കാലത്ത് നടന്ന ഇലക്ട്രിസിറ്റി സമരം, സ്നേക്ക് പാർക്ക് സംഭവം ഇവയിലെല്ലാം കള്ളക്കേസിൽ ഉൾപ്പെടുത്തി വർഷങ്ങളോളം മാഷെ ബുദ്ധിമുട്ടിക്കുകയുണ്ടായി.

അടിയന്തരാവസ്ഥക്കാലത്ത് ഒളിവിൽ കഴിയേണ്ടിവന്ന അനുഭവം മാഷ് വിവരിച്ചിട്ടുണ്ട്. ഭീഷണിപ്പെടുത്തി വരുതിയിലാക്കുക എന്നൊരു നയം അക്കാലത്ത് ഭരണാധികാരികൾ സ്വീകരിച്ചിരുന്നു. മാഷ് വീട്ടിൽ പോകാതെ ഓരോ വീട്ടിലും മാറിത്താമസിച്ചു.

പൊലീസ് നിത്യേന വീട്ടിലന്വേഷിച്ചു വരും. അമ്മയെയും ഭാര്യ യെയും ചോദ്യം ചെയ്യും. ഒരുദിവസം ബക്കളം കോട്ടക്കുന്നിൽ അമ്പു വിന്റെ വീട്ടിലാണ് തങ്ങിയത്. അവിടെ അദ്ദേഹത്തിന്റെ അമ്മ മാത്രമേ ഉണ്ടായിരുന്നുള്ളൂ. പൊലീസ് ജീപ്പ് വീട്ടിനടുത്തെത്തി. മൺകട്ടകൊ ണ്ടുള്ള കുടിലായിരുന്നു. മാഷ് പിന്നാംപുറത്ത് കമിഴ്ന്നു കിടന്നു. അമ്മ ഒരു പായ കൊണ്ടുവന്ന് മാഷടെ മീതെ കൂടി ഇട്ടു.

പൊലീസ് വന്ന് വീടാകെ പരിശോധന നടത്തി. പായയ്ക്കടിയിൽ കിടക്കുന്ന കടമ്പേരിമാഷെ കണ്ടുപിടിക്കാൻ പൊലീസിന് കഴിഞ്ഞില്ല. . രാത്രിയിൽ നല്ല മഴ പെയ്തിരുന്നു. പായയുടെ അടിയിലായതുകൊണ്ട് മഴ നനഞ്ഞില്ല. പരശ്ശിനിക്കടവിലും ചിറയ്ക്കലിലും മറ്റും മാറിമാറി ഒളി വിൽ കഴിഞ്ഞിട്ടുണ്ട്. പൊലീസ് എഫ് ഐ ആർ തയ്യാറാക്കി തലശ്ശേരി കോടതിയിൽ സമർപ്പിച്ചു. അവിടെനിന്ന് ജാമ്യം കിട്ടിയതോടെ ഒളിവു താമസം മതിയാക്കി.

ഒരുദിവസം മാഷ് ക്ലാസെടുക്കുകയായിരുന്നു. പെട്ടെന്ന് മൂന്നുനാ ലുപേർ വാളുമായി സ്കൂളിലെത്തി. കടമ്പേരി മാഷുടെ തല കൊയ്യാനാ ണീവാൾ എന്ന് സംഘം ആക്രോശിച്ചു.

വാളുമായി ശത്രുക്കൾ വരുന്നതു കണ്ട് കുട്ടികൾ നിലവിളിച്ചു.

അദ്ധ്യാപികാദ്ധ്യാപകരും ഓടിയെത്തി. എല്ലാവരും കടമ്പേരി മാഷെ പൊതിഞ്ഞു നിന്നു.

വാർത്ത ഉടൻതന്നെ പാർട്ടി കേന്ദ്രങ്ങളിലെത്തി. കല്ലുകൊത്തുന്ന തൊഴിലാളികൾ ഉടൻ കുതിച്ചെത്തി. ഇതിനകം പൊലീസിലും ആരോ വിവരമറിയിച്ചിരുന്നു. പൊലീസും സ്ഥലത്തെത്തി. അവരെ കണ്ടതോടെ കൊലയാളിസംഘം സ്ഥലം വിട്ടു. അന്നു രാത്രി മാഷ് സ്വന്തം വീട്ടിൽ തങ്ങിയില്ല. പാർട്ടി നിർദ്ദേശപ്രകാരം ദാമോദരൻ മാസ്റ്ററുടെ വീട്ടിൽ താമ സിച്ചു. സഖാക്കളുടെ കാവലും ഏർപ്പെടുത്തിയിരുന്നു. അന്ന് മാഷ് കൊല യാളിസംഘത്തിന്റെ കൈയിൽപ്പെട്ടിരുന്നുവെങ്കിൽ ജീവൻ ബാക്കിയാകു മായിരുന്നില്ല.

അടുത്ത ദിവസം വാർത്തയറിഞ്ഞ് അദ്ധ്യാപകസംഘടനാ നേതാ ക്കൾ ബക്കളത്തെത്തി. കടമ്പേരി മാഷെയുംകൊണ്ട് നേതാക്കൾ ജാഥ നയിച്ചു. പി വി കെ കടമ്പേരിയെ വേണ്ടവർ മുന്നോട്ട് വാ എന്ന് നേതാ ക്കൾ വിളിച്ചു പറഞ്ഞു. പിന്നീട് കടമ്പേരി മാഷടെ നേർക്ക് ആക്രമണ മുണ്ടായിട്ടില്ല.

ചുവപ്പണിഞ്ഞ ഗ്രാമത്തിന്റെ പിൻബലം എന്നും മാഷ്ക്കുണ്ടായിരു ന്നു. കാക്കി കണ്ടാൽ മുട്ടു വിറച്ചിരുന്ന കാലം കഴിഞ്ഞെന്ന് ജനങ്ങൾ ബോദ്ധ്യപ്പെടുത്തിയിരുന്നു. സമരോത്സുകത കെടാതെ കത്തിനിന്ന ഒരു ഗ്രാമത്തിന്റെ ചൂടും ചൂരും ഉൾക്കൊണ്ടുകൊണ്ട് വളരാനും പ്രതികരി ക്കാനും മാഷക്ക് കഴിഞ്ഞുവെന്നതാണ് പ്രധാനം.

അദ്ധ്യാപകപ്രസ്ഥാനംപോലെതന്നെ കടമ്പേരിമാഷ് വ്യാപരിച്ച മറ്റൊരു മേഖലയാണ് ഗ്രന്ഥശാലാപ്രസ്ഥാനം. വായനാലോകത്തേക്ക് സമൂഹത്തെ നയിക്കുന്നതിന് ഫലപ്രദമായി ഇടപെട്ടുകൊണ്ടാണ് ഗ്രന്ഥ ശാലകൾ ഉദയംകൊണ്ടത്. ദേശീയപ്രസ്ഥാനവും കർഷകപ്രസ്ഥാനവും ഉടലെടുത്തത് വായനാശാലകളുമായി ബന്ധപ്പെട്ടുകൊണ്ടാണ്. സ്വന്തം നാടായ കടമ്പേരിയിലെ സി ആർ സി വായനശാലയിൽ ലൈബ്രേറിയ നായിരുന്നു മാഷ്. വായനശാലയുടെ സെക്രട്ടറിയും പ്രസിഡന്റുമായി ദീർഘകാലം പ്രവർത്തിച്ചു. ഗ്രന്ഥശാലാ സംഘം താലൂക്ക് കമ്മിറ്റി മെമ്പ റായി വളരെക്കാലം സേവനമനുഷ്ഠിച്ചു. അടിയന്തരാവസ്ഥക്കാലത്ത് ഗ്രന്ഥശാലാ സംഘത്തിന്റെ ജനാധിപത്യസ്വഭാവം എടുത്തുകളയുകയു ണ്ടായി. ഭരണം കൺട്രോൾ ബോർഡ് മുഖേനയായി. ആ കാലത്ത് തളിപ്പ റമ്പ് താലൂക്കിൽ മാത്രം ഗ്രന്ഥശാലാസംഘത്തിന് ഒരു ബദൽ പ്രസ്ഥാനം രൂപീകരിച്ചു. അതിന്റെ കൺവീനറായത് കടമ്പേരി മാഷായിരുന്നു.

സ്കൂൾ സമയം കഴിഞ്ഞ് എല്ലാ അദ്ധ്യാപകരും വീട്ടിലേക്ക് പോകു മ്പോൾ കടമ്പേരി മാഷ് നേരേ കണ്ണൂരിലേക്ക് ബസ് കയറും. സംഘട നാപ്രവർത്തനം കഴിഞ്ഞ് രാത്രിയിൽ ചൂട്ട് വീശിക്കൊണ്ട് വീട്ടിലേക്ക് വരുന്ന അച്ഛന്റെ രൂപം മൂത്ത മകൻ ജയദേവന്റെ ഓർമ്മയിൽ മായാതെ

യുണ്ട്. എന്തെങ്കിലും പലഹാരം വാങ്ങാതെ വീട്ടിലെത്താറില്ല. പില്ക്കാ ലത്തും ഈ സ്വഭാവത്തിന് മാറ്റം വന്നിട്ടില്ല.

കടമ്പേരി മാഷ് 5 വർഷം തളിപ്പറമ്പ് നഗരസഭയുടെ കൗൺസില റായിരുന്നു. തദ്ദേശസ്വയംഭരണസ്ഥാപനത്തിന്റെ വികസന സങ്കൽപ്പ ങ്ങൾ ജനങ്ങളിലെത്തിക്കാൻ അദ്ദേഹം സദാ ശ്രമിച്ചിരുന്നു. അധികാരം വികേന്ദ്രീകരിച്ചത് ജനങ്ങൾക്ക് വേണ്ടിയാണെന്ന ബോധം സാധാരണ ക്കാർക്കുണ്ടാകണമെന്ന് അദ്ദേഹം ഓർമ്മിപ്പിക്കുന്നു. വിദ്യാഭ്യാസരം ഗത്തും കാർഷികമേഖലയിലുമാണ് മാഷ് കൂടുതൽ ശ്രദ്ധ ചെലുത്തിയ ത്. കടമ്പേരി വാർഡിൽനിന്നാണ് അദ്ദേഹം തിരഞ്ഞോടുക്കപ്പെട്ടത്. കുന്നും വയലും പറമ്പും ഉൾക്കൊള്ളുന്ന പ്രദേശമാണ് കടമ്പേരി. വായ നശാലകളും ക്ലബുകളും വിദ്യാലയങ്ങളും ഇവിടെ പ്രവർത്തിക്കുന്നു. കാർഷികരംഗത്താണ് മാഷ് ആദ്യം കൈവച്ചത്.വിത്തുതേങ്ങ പാകി മുള പ്പിച്ച് കർഷകർക്ക് വിതരണംചെയ്യുന്ന ശ്രദ്ധേയമായ പ്രവർത്തനം മാഷുടെ കാലത്ത് സംഘടിപ്പിച്ചു. അദ്ദേഹത്തിന്റെ നേതൃത്വത്തിൽ ആറളം ഫാമിൽ ചെന്ന് തേങ്ങ വിത്ത് കൊണ്ടുവരികയായിരുന്നു. ശാസ്ത്രീയരീതിയിൽ അവ പാകിമുളപ്പിച്ചു. അതേ പോലെ മുകുളം കുടംബശ്രീ രൂപീകരിച്ചതും അക്കാലത്തെ നേട്ടങ്ങളിലൊന്നാണ്. ബി. പി.എൽ.കുടുംബാംഗങ്ങളെ ചേർത്തുകൊണ്ടാണ് മുകുളം കുടുംബശ്രീ രൂപീകരിച്ചത്. നാട്ടുകാരുടെ സഹായത്തോടെ റോഡുകളും പാതകളും നിർമ്മിക്കുന്ന കാര്യത്തിലും അദ്ദേഹം മുന്നിട്ടിറങ്ങി. സ്കൂളുകളിൽ അംഗൻവാടികളിലും അടിസ്ഥാനസൗകര്യം മെച്ചപ്പെടുത്താനുള്ള പദ്ധ തികൾക്കും രൂപം നൽകുകയുണ്ടായി. കുട്ടികളുടെ കായികക്ഷമത വർദ്ധി പ്പിക്കുന്നതിന് കളിസ്ഥലം ഒരുക്കുന്ന കാര്യത്തിലും അദ്ദേഹം സജീവ മായി ഇടപെട്ടു. കൗൺസിലർ എന്ന നിലയിൽ പ്രദേശത്തിന്റെ വികസ നകാര്യങ്ങളിലെല്ലാം മാഷുടെ സാന്നിദ്ധ്യമുണ്ടായി.

കൗൺസിലിലെ പ്രായം ചെന്ന മെമ്പറായിരുന്നു അദ്ദേഹം. അതു കൊണ്ട് മറ്റുള്ളവർക്ക് സത്യവാചകം ചൊല്ലിക്കൊടുത്തത് കടമ്പേരിമാ ഷാണ്. മൂല്യബോധമുള്ള ഒരു തലമുറയെ വാർത്തെടുക്കാൻ അധ്യാപ കർക്കെന്നപോലെ പൊതുപ്രവർത്തകർക്കും ബാധ്യതയുണ്ടെന്ന് അദ്ദേഹം സൂചിപ്പിച്ചു. മാഷുടെ അധ്യാപനരീതിയിലും പ്രത്യേകതയു ണ്ടായിരുന്നു. ചോക്കും ചൂരൽവടിയും മാത്രമല്ല അധ്യാപകന്റെ ആയുധമെന്ന് അദ്ദേഹം പറയുമായിരുന്നു. അധ്യാപകൻ പാഠപുസ്തക ങ്ങളിൽ മാത്രം ഒതുങ്ങിക്കൂടുകയുമരുത്. അല്പം പൊതുകാര്യങ്ങൾ ക്ലാസിൽ സംസാരിക്കണം. കുട്ടികൾ ഇടപെടുന്ന സമൂഹത്തെക്കുറിച്ചുള്ള അറിവ് അവർക്കുണ്ടാകണമെന്ന് അദ്ദേഹം നിർബന്ധിച്ച് ചില കവിതാ ശകലങ്ങളും സുഭാഷിതങ്ങളും ബോർഡിൽ കുറിച്ചിട്ട് വിശദീകരിക്കു ന്നത് അദ്ദേഹത്തിന്റെ സ്വഭാവായിരുന്നു. ചിലപ്പോൾ രക്ഷിതാക്കൾ

ഇത്തരം കാര്യങ്ങളിൽ അതൃപ്തി പ്രകടിപ്പിക്കാറുണ്ട്. എന്നാൽ കടമ്പേരി മാഷ് അവരെ നേരിൽ കണ്ട് തെറ്റിദ്ധാരണ നീക്കും. ബെല്ലടിച്ച് കുട്ടിക ളെല്ലാം പുറത്ത് പോയതിനുശേഷമേ മാഷ് ക്ലാസിൽനിന്നിറങ്ങൂ. കുട്ടി കൾ മറന്ന് വെച്ച കുടയും ചോറ്റുപാത്രവും മറ്റും മാഷ് എടുത്തുവയ്ക്കും. വഴിയിലുള്ള കുട്ടികളുടേതാണെങ്കിൽ അതവർക്ക് എത്തിച്ചുകൊടുക്കും. പഠനം രസകരം മാത്രമല്ല ഫലപ്രദവുമായിത്തീരണമെന്ന് മാഷ് സൂചി പ്പിക്കും.

3
രക്ഷാധികാരി

കരകളഞ്ഞ ഹൃദയമുള്ള ബാലകർതൻ കേളികൾ
കരൾ നിറയെ സൗഹൃദങ്ങൾ കാഴ്ചവെക്കും ലീലകൾ
ഒത്തുചേർന്നു നൃത്തമാടി പാട്ടുപാടി നീങ്ങിടാം...
തത്തപോലെ പിഞ്ചുമക്കൾ കൊഞ്ചിമൊഴിയോതിടും...

കടമ്പേരി മാഷെഴുതിയ ഒരു കവിതയിലെ വരികളാണിത്. കുട്ടി
കൾ കരകളഞ്ഞ ഹൃദയമുള്ളവരാണ്. അവർ സൗഹൃദങ്ങൾ കാഴ്ച
വെക്കുന്നു. അവരുടെ കൂടെ ഒത്തുചേർന്ന് നമുക്കും നീങ്ങാം എന്ന് മാഷ്
പാടുന്നു.

കുട്ടികളുടെ ഏറ്റവും വലിയ സംഘടനയായ ബാലസംഘത്തെ
നെഞ്ചേറ്റിയ നേതാവാണ് കടമ്പേരി മാഷ്. ബാലസംഘം സംസ്ഥാന
രക്ഷാധികാരി പ്രസിഡന്റായിരുന്നു അദ്ദേഹം. കുട്ടികളുടെ കളിക്കൂട്ടുകാ
രൻ എന്നാണ് അദ്ദേഹത്തെ വിശേഷിപ്പിക്കുന്നത്.

പ്രായത്തിന്റെ അവശതകൾക്കിടയിലും കുട്ടിത്തം മാറാത്ത മനസ്സു
മായി അദ്ദേഹം പ്രവർത്തിച്ചു. കാറ്റിൽ കെടാത്ത കൈത്തിരിപോലെ പാറി
ക്കളിക്കുന്ന ബാലസംഘത്തിന്റെ തൂവെള്ളക്കൊടി ഉയർത്തിപ്പിടിച്ചുകൊണ്ട്
മാഷ് കാസർഗോഡുമുതൽ തിരുവനന്തപുരംവരെ സഞ്ചരിച്ചു..

കുട്ടികൾ ആഹ്ലാദചിത്തരായി വളരേണ്ടവരാണെന്ന് മാഷ് പറയും.
ശൈശവത്തിന്റെ സന്തോഷത്തിനേക്കാൾ കളങ്കമറ്റതായി ഈ ലോകത്ത്
വേറെ എന്തുണ്ട് എന്നദ്ദേഹം ചോദിക്കും. ഭാവിയെപ്പറ്റി ചിന്തിക്കുന്നവർ
കുട്ടികളെക്കുറിച്ചാണ് ഏറെ ആലോചിക്കുക. അറിവിന്റെ വെളിച്ചവുമായി
പാറി നടക്കേണ്ട കുട്ടികളെ അടച്ചുപൂട്ടി വളർത്തുന്ന സമീപനം ഇല്ലാ
താവണം.

മക്കളെ യന്ത്രമാക്കാൻ ശ്രമിക്കരുതെന്ന് അദ്ദേഹം അഭിപ്രായപ്പെട്ടു.

ഭാര്യ ലക്ഷ്മിയോടൊപ്പം

പുരോഗതിയുടെ ചാലകശക്തിയാണ് കുട്ടികൾ. എല്ലാ അർത്ഥത്തിലും അവർ വെളിച്ചത്തിന്റെ നാമ്പുകളാണ്. കർമ്മനിരതരും ഊർജ്ജസ്വലരു മായി കുട്ടികൾ വളരണം.

പൂമ്പാറ്റകളുടെയും പൂക്കളുടെയും കൂടെ വളരേണ്ട കുട്ടികളെ കൂട്ടി ലിട്ട് വളർത്തുന്ന അച്ഛനമ്മമാരുടെ മനോഭാവം മാറിയേ തീരൂ എന്ന് കട മ്പേരി മാഷ് ഓർമ്മിപ്പിക്കും. ജാതിമത ശക്തികൾ കുട്ടികളെ വലവീശി പ്പിടിക്കുന്നതിനെക്കുറിച്ച് അദ്ദേഹം ഗൗരവത്തോടെ സംസാരിക്കും. കുട്ടി കൾ ജാതിയാകാതെ മതമാകാതെ വളരണം. കുട്ടികൾ കുറ്റകൃത്യങ്ങളി ലേക് നീങ്ങുന്ന സാഹചര്യവും ഉണ്ടാകരുത്.

പഠിച്ചു ഞങ്ങൾ നല്ലവരാകും
ജയിച്ചു ഞങ്ങൾ മുന്നേറും
പടുത്തുയർത്തും ഭാരതമണ്ണിൽ
സമത്വസുന്ദര നവലോകം..

എന്ന ബാലസംഘത്തിന്റെ മുദ്രാവാക്യം മാഷ് സദാ ഓർമ്മിപ്പിക്കു കയായിരുന്നു. കടമ്പേരിമാഷടെ പ്രവർത്തനശൈലി ഒന്നു വേറെ തന്നെ യാണ്. ബാലസംഘം അദ്ദേഹത്തിന് ജീവിതത്തിന്റെ ഭാഗംതന്നെ.

പരിയാരത്ത് ചികിത്സയിൽ കഴിയുമ്പോഴാണ് ബാലസംഘം കണ്ണൂർജില്ലാസമ്മേളനം നടന്നത്. മാഷക്ക് അതിൽ പങ്കെടുക്കാൻ കഴി ഞ്ഞില്ല. ആശുപത്രിയിലെത്തുന്നവരോടെല്ലാം ഈ സങ്കടം പങ്കിട്ടു....ഞാൻ പങ്കെടുക്കാത്ത ആദ്യത്തെ സമ്മേളനം നടന്നു..എന്ന് മാഷ് വികാരാധീ നനായി സൂചിപ്പിച്ചു.

എപ്പോഴും കുട്ടികളാണദ്ദേഹത്തിന്റെ കൂട്ടുകാരാവുന്നത്. മാഷടെ കൂടെ പലതവണ ഞാൻ തിരുവനന്തപുരം യാത്ര നടത്തിയിട്ടുണ്ട്. മാവേലി എക്സ്പ്രസിലാണ് പോവുക. സീറ്റിലിരുന്നാൽ മാസ്റ്റർ പതുക്കെ ചുറ്റിലും കണ്ണോടിക്കും. അപ്പുറത്തെ സീറ്റിൽ കുട്ടികൾ ഇരിക്കുന്നു ണ്ടാകും. മാഷ് അവരുടെ സമീപം ചെന്നിരിക്കും.

അവരെങ്ങോട്ടാണ് പോകുന്നതെന്ന് ചോദിക്കും.. ഓരോരുത്തരു ടെയും പേര് ചോദിച്ച് മനസ്സിലാക്കും.. അച്ഛനമ്മമാരെക്കുറിച്ചും ആരായും.

ഏത് ക്ലാസിൽ പഠിക്കുന്നെന്ന് ചോദിക്കും.. അല്പസമയംകൊണ്ട് കടമ്പേരിമാഷ് അവരുടെ കൂട്ടുകാരനായി മാറും.

ഞാനും പതുക്കെ മാഷടെ അടുത്ത് ചെന്നിരിക്കും. എന്നെ കുട്ടി കൾക്ക് പരിചയപ്പെടുത്തും. വലിയ എഴുത്തുകാരനാണിദ്ദേഹം.കുട്ടി കൾക്കുവേണ്ടി ധാരാളം എഴുതിയിട്ടുണ്ട്. നിങ്ങൾ പുസ്തകം വായിക്കാ റുണ്ടോ എന്നായി അടുത്ത ചോദ്യം. കുട്ടികൾ ഉത്തരം പറയാതെ പര സ്പരം നോക്കും. പാഠപുസ്തകത്തിന്റെ കാര്യമല്ല. കഥയും കവിതയും നോവലും വായിക്കാറുണ്ടോ?

വായന കുറവാണെന്ന് കുട്ടികളറിയിച്ചു. അവരുടെ വീടുകളിൽ കമ്പ്യൂട്ടറുണ്ട്. എല്ലാവർക്കും ഫെയ്സ്ബുക്കുണ്ട്. കടമ്പേരി മാഷ് ഇതെല്ലാം കേട്ടതല്ലാതെ തൊട്ടറിഞ്ഞിരുന്നില്ല.. അതു പോരാ..നല്ല കഥ കളെടുത്ത് വായിക്കണം...മാഷ് പറഞ്ഞു.

കഥയും കവിതയും വായിച്ചാലേ മനസ്സിൽ സ്നേഹവും ദയയും വളരൂ. യന്ത്രം മാത്രം കൈകാര്യം ചെയ്താൽ കുട്ടികളും യന്ത്രമായി പ്പോവും.

കുട്ടികളോട് മാഷ് സാധാരണ പറയാറുള്ളത് പൂജ്യത്തിന്റെ കഥ യാണ്. പണ്ടൊരു പൂജ്യമുണ്ടായിരുന്നു. ആരും ശ്രദ്ധിക്കാതെ ഒരു മൂല യിൽ ഒതുങ്ങിക്കൂടി കഴിയുകയായിരുന്നു. അങ്ങനെയിരിക്കെ പൂജ്യ ത്തിന്റെ ഇടതുവശത്ത് ഒരു വര വന്നുനിന്നു. പെട്ടെന്ന് പൂജ്യത്തിന് വിലയു ണ്ടായി.

പഞ്ചതന്ത്രം കഥകൾ മാഷക്ക് വളരെ ഇഷ്ടമാണ്. കുട്ടികളുടെ പുസ്തകസമ്പത്തിൽ പ്രധാനപ്പെട്ടതാണ് പഞ്ചതന്ത്രമെന്നും അദ്ദേഹം സൂചിപ്പിച്ചു. സ്കൂളിൽ ചെന്നാൽ സിംഹത്തിന്റെയും കുരങ്ങിന്റെയും മുത ലയുടെയും കഥകൾ പറഞ്ഞ് കൊടുക്കും. ചോദ്യോത്തരരീതിയിലാണ് മാഷ് കഥകൾ പറയുക.

ചിലപ്പോൾ കവിതാശകലങ്ങളും പാടും.
ഗ്രന്ഥം കരത്തിലുണ്ടായാൽ മതിയല്ല
ചന്തത്തിലർത്ഥം ഗ്രഹിച്ചേ മതി വരൂ
അന്ധനായുള്ളവൻ ദീപം കരത്തിങ്കൽ
ഏന്തിനടന്നാൽ വഴിയറിഞ്ഞീടുമോ..?
കടമ്പേരി മാഷ് ഉരുവിടാറുള്ള വരികളാണിവ. മാഷ് സൗഹാർദ്ദപൂർവ്വ മാണിടപെടുക. സംസാരത്തിലും മൃദുത്വം പാലിക്കും. എന്നാൽ തെറ്റു

കണ്ടാൽ കഠിനമായി വിമർശിക്കുകയും ചെയ്യും.

കേവലമൊരു സംഘടനയെന്നതിൽ കവിഞ്ഞ് ബാലസംഘത്തെ സമാന്തരവിദ്യാഭ്യാസ പ്രസ്ഥാനമാക്കിത്തീർക്കുന്നതിൽ കടമ്പേരി മാഷക്കും വലിയ പങ്കുണ്ട്. കടമ്പേരിമാഷ് ഞങ്ങൾക്ക് ബലവും ആശ്വാ സവുമായിരുന്നെന്ന് ബാലസംഘം നേതാക്കൾ അനുശോചനയോഗത്തിൽ പറഞ്ഞിരുന്നു. ബാലസംഘം പ്രവർത്തകരുമായെല്ലാം വ്യക്തിപരമായ ബന്ധം മാഷക്കുണ്ടായിരുന്നു.

ഇടയ്ക്കിടെ ഫോണിൽ ബന്ധപ്പെടും. എല്ലാറ്റിലും തന്റെ ശ്രദ്ധയു ണ്ടായേ മതിയാവൂ എന്നൊരു ചിന്ത അദ്ദേഹത്തിനുണ്ടായിരുന്നു.

ക്യാമ്പിലും മറ്റും പങ്കെടുക്കുമ്പോൾ പെൻസിലും കടലാസും കൈയിൽ വെക്കണമെന്ന് അദ്ദേഹം നിർദ്ദേശിക്കും. പ്രസംഗം വെറുതെ കേട്ടാൽ പോരാ. പ്രധാന പോയിന്റുകൾ കുറിച്ചു വെക്കണം.

1989 ൽ കൊല്ലത്ത് ബാലസംഘം കളിയരങ്ങ് നടന്നു. ടി നാരായ ണൻ, ടി കെ നാരായണദാസ്, ജി രാധാകൃഷ്ണൻ, ഐ വി ദാസ്, കെ സുകുമാരൻ തുടങ്ങിയ നേതാക്കളുടെ കൂടെ കടമ്പേരി മാഷ് കളിയ രങ്ങ് ക്യാമ്പിൽ നിറഞ്ഞു പ്രവർത്തിച്ചു. കുട്ടികളുടെ ഭക്ഷണം, താമസ സൗകര്യം തുടങ്ങിയകാര്യങ്ങളിൽ മാഷ് കൂടുതൽ ശ്രദ്ധ പുലർത്തും.

പല സ്ഥലങ്ങളിൽനിന്നും വരുന്ന കുട്ടികളാണ്. അവർക്ക് സ്വന്തം വീടുപോലെ കഴിയാനാവണം. ഭക്ഷണത്തിൽ ചെറിയ പാകപ്പിഴപോലും സംഭവിച്ചുപോകരുത്.

നാലുനാൾ നീണ്ടുനിന്ന കൊല്ലം ക്യാമ്പിൽ അഞ്ഞൂറോളം കുട്ടി കൾ പങ്കെടുത്തു. മിക്ക കുട്ടികളുമായും വ്യക്തിബന്ധം സ്ഥാപിച്ച ഒരേ ഒരാൾ കടമ്പേരി മാഷായിരുന്നു. ശൈശവത്തിന്റെ സന്തോഷത്തെക്കാൾ നിഷ്കളങ്കമായി വേറെന്തുണ്ടെന്ന് മാഷ് ചോദിക്കും.

തോക്ക് ചുമന്നു നടന്നീടാൻ
തോളിനു ബലമില്ലെന്നാലും
നാടിനെ നന്നായ് രക്ഷിക്കാൻ
ബാലകർ നമ്മൾ കരുത്തന്മാർ..

എന്ന് മാഷ് പാടും. കുട്ടികൾക്ക് തോക്ക് ചുമന്നുനടക്കാനുള്ള ബല മില്ലെങ്കിലും നാടിനെ നന്നായ് രക്ഷിക്കാനുള്ള കരുത്തുണ്ട്.

കേരളത്തിൽ ബാലസംഘത്തിന് തുടക്കമിട്ടത് കണ്ണൂർ ജില്ലയിലെ കല്യാശ്ശേരിയിലാണ്. 1938 ഡിസംബർ 28നാണ് കുട്ടികൾക്കായുള്ള സംഘടന രൂപംകൊണ്ടത്. രാഷ്ട്രത്തിന്റെ അമൂല്യസമ്പത്താണ് കുട്ടി കളെന്ന് തിരിച്ചറിഞ്ഞ് അതിന് നേതൃത്വം കൊടുത്തത് പി കൃഷ്ണപി ള്ളയായിരുന്നു.

ഭാരതത്തിൽ മുമ്പുതന്നെ കുട്ടികൾ സംഘടിച്ചു തുടങ്ങിയിരുന്നു. കാസർഗോട്ടെ പിലിക്കോട് പ്രദേശത്ത് ദേശസേവാബാലഭാരതസംഘം എന്ന പേരിൽ ഒരു സംഘടന രൂപംകൊണ്ടിരുന്നു. സോവിയറ്റ് യൂണിയ നിലെ യംഗ് പയനീർ എന്ന സംഘടനയുടെ മാതൃക സ്വീകരിച്ചുകൊ

ണ്ടാണ് ഇവിടെയും കുട്ടികളുടെ സംഘടനയ്ക്ക് രൂപംനല്കിയതെന്ന് കടമ്പേരി മാഷ് അനുസ്മരിച്ചു. സംഘടനയുടെ ആദ്യ പ്രസിഡന്റ് ഇ കെ നായനാരായിരുന്നു. സെക്രട്ടറി പി കെ കുഞ്ഞനന്തൻനായരും.

കടമ്പേരിമാഷടെ ജന്മസ്ഥലവും കല്യാശ്ശേരിക്കടുത്താണ്. അണ്ണാ റക്കണ്ണനും തന്നാലായത് എന്നതു പോലെയാണ് ബാലസംഘത്തിന്റെ പ്രവർത്തനമെന്നും കടമ്പേരി മാഷ് ചൂണ്ടിക്കാട്ടി. കുട്ടികളാഗ്രഹിക്കുന്ന ഒരു ലോകം പടുത്തുയർത്താൻ മുതിർന്നവരുടെ സഹായം അനിവാര്യ മാണ്. പട്ടിണിയില്ലാത്ത, പേടിയില്ലാത്ത ഒരു ബാല്യം കുട്ടികൾക്കുണ്ടാ വണം. ആരോഗ്യം സംരക്ഷിച്ച് അവർക്ക് ജീവിക്കാൻ കഴിയണം.

കടമ്പേരി മാഷ് കേരളശിശുക്ഷേമസമിതി സ്റ്റാന്റിങ് കമ്മിറ്റി അംഗ മായിരുന്നു. പി കൃഷ്ണൻ സെക്രട്ടറിയായി സേവനമനുഷ്ഠിച്ച കാലത്ത് സമിതിക്ക് നിരവധി വെല്ലുവെളികൾ നേരിടേണ്ടിവന്നു. ശിശുക്ഷേമം സാമൂഹ്യദൗത്യമാക്കി വികസിപ്പിക്കുന്നതിൽ കടമ്പേരി മാഷടക്കമുള്ള വരുടെ പ്രവർത്തനം ശ്രദ്ധേയമായി.

അമ്മത്തൊട്ടിൽ എന്ന ആശയം പതിനാലുജില്ലകളിലും പ്രയോഗ ത്തിൽ വരുത്താൻ മാഷ് പരിശ്രമിച്ചു. ശിശുക്ഷേമസമിതി ആസ്ഥാനത്ത് അദ്ദേഹത്തിന്റെ കൂടെ പലപ്പോഴും പോയിട്ടുണ്ട്. അവിടെ എത്തിയാൽ മാഷ് ആദ്യം ചെല്ലുന്നത് കുട്ടികളുടെ സമീപത്തേക്കാകും. അമ്മത്തൊ ട്ടിലുകളിൽനിന്ന് ലഭിച്ച കുട്ടികൾ അവിടെ വളർന്ന് വലുതാവുന്നുണ്ടാ യിരുന്നു. പിതൃനിർവ്വിശേഷമായ വാത്സല്യത്തോടെ മാഷ് അവരോട് കുശലം പറയും.

അവിടത്തെ ഓരോ കാര്യത്തിലും മാഷടെ ശ്രദ്ധ പതിയും. മാഷട ക്കമുള്ള ഭരണസമിതിയുടെ തെരഞ്ഞെടുപ്പിനെച്ചൊല്ലി പ്രശ്നങ്ങളുണ്ടാ യിരുന്നു. ഭരണസമിതി പിരിച്ചുവിടാനുള്ള നീക്കവും നടന്നു. മാഷ് സ്വതഃ സിദ്ധമായ ക്ഷമയോടെ വെല്ലുവിളികൾ നേരിടുകയായിരുന്നു.

കടമ്പേരി മാഷ് വലിയ സ്വപ്നങ്ങളൊന്നും കൊണ്ടുനടന്ന ആളാ യിരുന്നില്ല. സ്വന്തം കടമ, അതെത്ര നിസ്സാരമായാലും സത്യസന്ധമായി നിർവ്വഹിക്കുക എന്നതായിരുന്നു അദ്ദേഹത്തിന്റെ പ്രകൃതം.

ശക്തിമത്തും പരിശുദ്ധവുമായ വിചാരങ്ങളോടെ കുട്ടികളെ സമീ പിക്കണമെന്നദ്ദേഹം പറയും. ജനിക്കുന്ന കുഞ്ഞുങ്ങൾക്കെല്ലാം ജീവി ക്കാനുള്ള അവകാശം കിട്ടണം. പലവിധ പീഡനങ്ങൾമൂലം കുഞ്ഞുങ്ങ ളുടെ ജീവന് അപകടം ഉണ്ടാകരുത്. വീട്ടിലും വിദ്യാലയത്തിലും നാട്ടിലും കുട്ടികൾ പീഡിപ്പിക്കപ്പെടുന്ന സാഹചര്യം ഇല്ലാതാവണം.

കുട്ടികളുടെ അറിവിന്റെ ചക്രവാളം വികസിപ്പിക്കുന്നതിനും അവ രിൽ ആരോഗ്യകരമായ സാംസ്കാരിക അഭിരുചികൾ വളർത്തുന്നതിനും ബാലസംഘം സക്രിയമായി ഇടപെടണമെന്ന് കടമ്പേരി മാഷ് ചൂണ്ടിക്കാട്ടും. അദ്ദേഹത്തിന്റെ *വഴിവിളക്ക്* എന്ന ലഘുഗ്രന്ഥത്തിൽ കുട്ടി കളെക്കുറിച്ചുള്ള ഉൽക്കണ്ഠകൾ പങ്കിടുന്നുണ്ട്. മലർമൊട്ടുകളെ നുള്ളി നോവിക്കരുതേ എന്നാണദ്ദേഹം അഭ്യർത്ഥിക്കുന്നത്.

ആലപ്പുഴയിൽ 2004 മെയ്മാസത്തിൽ അഖിലേന്ത്യാസർഗ്ഗോത്സവം നടക്കുകയുണ്ടായി. കുട്ടികളുടെ ആ ദേശീയോത്സവത്തിന്റെ പിന്നണി പ്രവർത്തകരിൽ കടമ്പേരി മാഷും സജീവ പങ്കുവഹിച്ചു. ആയിരത്തി മുന്നൂറോളം കുട്ടികൾ ഇന്ത്യയിലെ വിവിധഭാഗങ്ങളിൽ നിന്നായി ആ ഉത്സവത്തിൽ പങ്കെടുത്തു.

ശാസ്ത്രസാഹിത്യപരിഷത്തും ബാലസംഘവും ആതിഥ്യമരുളിയ സർഗ്ഗോത്സവത്തിൽ കടമ്പേരി മാഷടെ കൂടെ പ്രവർത്തിക്കാൻ കഴിഞ്ഞ ഓർമ്മകൾ എന്റെ മനസ്സിലും നിറഞ്ഞുനില്പുണ്ട്. സർഗ്ഗോത്സവത്തിൽ പങ്കെടുക്കുന്ന കണ്ണൂർ ജില്ലയിലെ കുട്ടികൾക്ക് പ്രത്യേകപരിശീലനം നല്കുകയുണ്ടായി. കർണ്ണാടകയിലെയും മഹാരാഷ്ട്രയിലെയും കുട്ടി കൾ കണ്ണൂർജില്ലയിലെ ക്യാമ്പിൽ പങ്കെടുത്തിരുന്നു. കടമ്പേരിമാഷാണ് ക്യാമ്പിന് നേതൃത്വം വഹിച്ചത്.

സദാകാലവും സമൂഹത്തിന്റെ ശ്രദ്ധയും പരിചരണവും കുട്ടികൾക്കു ണ്ടാവണമെന്ന് കടമ്പേരി മാഷ് ഓർമ്മിപ്പിക്കും. ഭാവിഭാരതത്തിന്റെ പ്രതീക്ഷ കുട്ടികളിലാണ്. അവർക്കിടയിൽ ഭാഷയോ വേഷമോ അതിരി ടരുത്. ജാതിയും മതവും വിലങ്ങുതടിയാകരുത്.

മാഷെഴുതുന്നു..കുട്ടികൾ വർണ്ണരാജി വിരിച്ച് ചിത്രശലഭങ്ങളായി പാറിക്കളിക്കട്ടെ. അവരിൽ നാനാത്വത്തിലെ ഏകത്വം പുലരട്ടെ. അവർ സ്നേഹഗാഥ പാടി നൃത്തം വെക്കട്ടെ. അറിവിന്റെ അരിമണികൾ കൊത്തി ക്കൊറിക്കട്ടെ. അന്വേഷണത്തിലൂടെ പുതിയ പ്രകാശത്തിന്റെ പാത കണ്ടെത്തട്ടെ. പരീക്ഷണത്തിലൂടെ പുതിയ സൃഷ്ടികൾ നടത്തട്ടെ. കുഞ്ഞുവിരലുകൾ സദാ കൗതുകങ്ങൾ മെനയുന്നതാണ്. കുഞ്ഞിക്ക ണ്ണുകളിൽ അത്ഭുതങ്ങളാണ് മിന്നിത്തിളങ്ങുന്നത്.

ശിശുവാണ് മനുഷ്യന്റെ പിതാവെന്ന് കവി പാടിയിട്ടുണ്ട്. ശൈശവ ത്തിന്റെ സമ്മോഹനമായ അവസ്ഥ നഷ്ടപ്പെടുത്തരുതെന്ന് കടമ്പേരി മാഷ് ചൂണ്ടിക്കാട്ടുന്നു.

'ബാലലീലോത്സവം' എന്ന പേരിലും കടമ്പേരി മാഷുടെ ഒരു കവി തയുണ്ട്. അതിൽ അദ്ദേഹം പാടുന്നത് നോക്കുക.....

ഞങ്ങളുടെയുത്സവത്തിൽ പങ്കുചേർന്നു പോകുവിൻ
ഞങ്ങളുടെ ലീല കണ്ട് കുതുകമാർന്ന് പോകുവിൻ
കറകളഞ്ഞ ഹൃദയമുള്ള ബാലകർതൻ കേളികൾ
കരൾ നിറയെ കൗതുകങ്ങൾ കാഴ്ചവെയ്ക്കുമുത്സവം.

കുട്ടികളെ നേർവഴിക്ക് നയിക്കാൻ ഒരു പ്രസിദ്ധീകരണം ആവശ്യ മാണെന്ന് കടമ്പേരിമാഷ് ആഗ്രഹിച്ചിരുന്നു. 1989 ൽ ഒരു സ്വകാര്യസം രംഭമെന്ന നിലയിൽ തുടങ്ങിയ *തത്തമ്മ* മാസിക 1992ൽ ബാലസംഘം ഏറ്റെടുത്തപ്പോൾ കടമ്പേരിമാഷടെ ആഗ്രഹമാണ് പൂവണിഞ്ഞത്. ബാല സംഘം രൂപം കൊടുത്ത കേരളാചിൽഡ്രൻസ് പബ്ലിക്കേഷൻ ട്രസ്റ്റ് ആണ് തത്തമ്മ ഏറ്റെടുത്തത്. സമകാലിക ബാലമാസികൾക്കിടയിൽ പുതിയൊ രധ്യായം എഴുതിച്ചേർക്കാൻ തത്തമ്മയ്ക്ക് കഴിഞ്ഞു. ബാലമനസ്സിൽ

മാനവീയമൂല്യങ്ങൾ ഉറപ്പിക്കാൻ തത്തമ്മയ്ക്ക് സാധിച്ചെന്ന് മാഷ് അനു സ്മരിച്ചിട്ടുണ്ട്.

തത്തമ്മയുടെ പിന്നിൽ രാപ്പകൽ അധ്വാനിച്ചത് കടമ്പേരി മാഷാ ണ്. 1992 മെയ് 1 ന് ഒ എൻ വി ബാലസംഘം പ്രവർത്തകയായ സ്വപ്നക്ക് ആദ്യപ്രതി നല്കിക്കൊണ്ടാണ് പ്രകാശനം നടത്തിയത്. ബംഗാളിൽ "സന്ദേഷ്" എന്ന പേരിൽ ബാലമാസിക പ്രസിദ്ധീകരിക്കുന്ന കാര്യം ഒ എൻ വി. ചൂണ്ടിക്കാട്ടി. സന്ദേഷ് ഒരു മധുരപലഹാരമാണ്. തത്തമ്മയും കുട്ടികൾക്കിഷ്ടപ്പെട്ട പക്ഷിയാണ്. ഇ എം എസ് മുഖ്യാതിഥിയായിരു ന്നു. വി എസ് അച്യുതാനന്ദൻ, ടി കെ രാധാകൃഷ്ണൻ, ഐ വി ദാസ്, ടി നാരായണൻ, ജി രാധാകൃഷ്ണൻ തുടങ്ങിയവരും ചടങ്ങിൽ പങ്കെടു ത്തു. തത്തമ്മ പില്ക്കാലത്ത് ദേശാഭിമാനി ഏറ്റെടുത്തു. ഒ എൻ വി യുടെ പത്രാധിപത്യത്തിൽ നല്ലനിലയിൽ ദൈവാരികയായി തത്തമ്മ പുറ ത്തിറങ്ങുന്നു.

4

സി ആർ സി യുടെ ജീവനാഡി

കടമ്പേരി സി ആർ സി വായനശാല ഗ്രന്ഥാലയത്തിന്റെ ജീവനാ ഡിയായിരുന്നു കടമ്പേരി മാഷ്. ശ്രീ നാരായണ ഗുരുവിന്റെ മാനവീയ സന്ദേശം എന്നും നെഞ്ചിലെ നിറവായി കൊണ്ടുനടക്കുന്ന നാടാണ് കട മ്പേരി. നാടിന്റെ സംസ്കാരിക കേന്ദ്രമായി ഒരു വായനശാല തുടങ്ങു കയും ഇന്നുള്ള സ്ഥിതിയിലെത്തിച്ചേരുകയും ചെയ്തത് കടമ്പേരിമാ ഷുടെ കഠിന പരിശ്രമത്തിന്റെ ഫലമായാണ്. 1954ൽ തിരുകൊച്ചി ഗ്രന്ഥ ശാലാസംഘത്തിൽ രജിസ്റ്റർ ചെയ്ത ജില്ലയിലെ ആദ്യ ഗ്രന്ഥശാലയാണ് 'സി ആർ സി'. സ്വന്തം ജീവിതത്തിന്റെ വലിയ ഭാഗം മാഷ് വിനിയോഗി ച്ചത് വായനശാലയ്ക്കുവേണ്ടിയാണ്. കമ്യൂണിറ്റി റിക്രിയേഷൻ സെന്റർ എന്നതിന്റെ ചുരുക്കമാണ് സി ആർ സി. തളിപ്പറമ്പ് ബ്ലോക്ക് നിലവിൽ വന്നപ്പോൾ സാംസ്കാരിക വികസനരംഗത്ത് ഏറെ ശ്രദ്ധിച്ചിരുന്നു. പഞ്ചാ യത്തുകൾ തോറും സാമൂഹ്യ വിനോദകേന്ദ്രങ്ങൾ തുടങ്ങണമെന്നത് ബ്ലോക്കിന്റെ ലക്ഷ്യമായിരുന്നു. അന്നത്തെ പഞ്ചായത്തിനനുവദിച്ച കേന്ദ്രം കടമ്പേരി പൊതുജന വായനശാല ഏറ്റെടുക്കുകയായിരുന്നു. വായനയോടൊപ്പം കലാകായികരംഗങ്ങളിലും ഈ കേന്ദ്രം ശ്രദ്ധ ചെലു ത്തി. സ്വന്തമായി ഗാനമേളാട്രൂപ്പും, നാടകസംഘവും വായനശാലയ്ക്കു ണ്ടായിരുന്നു. ഗ്രന്ഥങ്ങൾ ശേഖരിച്ച് വായനാസംസ്കാരം വികസിപ്പിക്കു ന്നതോടൊപ്പം സർഗ്ഗാത്മകപ്രവർത്തനങ്ങളിലൂടെ പൊതുജീവിതം സംശു ദ്ധമാക്കാനും കടമ്പേരി മാഷ് ശ്രദ്ധിച്ചു.

അധ്യാപകനായ പി വി കെ കടമ്പേരിക്ക് ഗ്രന്ഥശാലാ പ്രവർത്തനം പൊതുജനവിദ്യാഭ്യാസത്തിനുള്ള ഒരു മാർഗ്ഗം തന്നെയായിരുന്നു. ആശ യങ്ങൾ സമൂഹത്തെ സ്വാധീനിക്കുമ്പോൾ അതൊരു പരിവർത്തന ശക്തി യായിത്തീരുമെന്ന് കടമ്പേരി മാഷ് പറയുമായിരുന്നു.

നവോത്ഥാനത്തിന്റെയും ദേശീയ പ്രസ്ഥാനത്തിന്റെയും ആശയപ്രചാര ണത്തിന് വായനശാലകൾ സഹായിച്ചിട്ടുണ്ടെന്നും മാഷ് സൂചിപ്പിച്ചു.

ദീർഘകാലം സിആർസി വായനശാലയുടെ ചുക്കാൻ പിടിച്ചത് കട മ്പേരിമാഷാണ്. പരിമിതമായ തോതിൽ ഒരു ചായക്കടയിൽ ഒത്തു കൂടി യവർക്കിടയിൽ നടന്ന കൂടിയാലോചനയാണ് മഹത്തായ സാംസ്കാരിക സ്ഥാനത്തിന് ബീജാവാപം നടത്തിയത്.

കുന്നും വയലും പറമ്പും ചേർന്ന കൊച്ചു ഗ്രാമമാണ് കടമ്പേരി. കടമ്പു വൃക്ഷമുള്ള ഈ നാടിന്റെ പേര് ഐതിഹ്യവുമായി ബന്ധപ്പെട്ട് കിടക്കുന്നു. ദേശീയപ്രസ്ഥാനകാലത്തും തുടർന്ന് തൊഴിലാളി-കർഷ കാദി മുന്നേറ്റ കാലത്തും കടമ്പേരി നാട് ആവേശകരമായ പങ്ക് നിർവ്വ ഹിച്ചിട്ടുണ്ട്. 1940 കൾക്കു ശേഷം കമ്മ്യൂണിസ്റ്റ് പ്രവർത്തകരെ പോലീസും ഗുണ്ടകളും വ്യാപകമായി വേട്ടയാടുകയുണ്ടായി. അക്കാ ലത്ത് പ്രവർത്തർക്കുള്ള ഒളിത്താവളമായി കടമ്പേരി ഗ്രാമം മാറുകയു ണ്ടായി. മൊറാഴ സംഭവകാലത്ത് പി. കൃഷ്ണപിള്ളയും ഇ എം.എസും കഴിഞ്ഞതും കടമ്പേരിയിലെ കോലത്തുവയലിലാണത്രെ. രാഷ്ട്രീയപ്ര ബുദ്ധത എന്നും ഈ നാടിനെ ചടുലമാക്കിയിരുന്നു. അധ്യാപകപ്രവർത്ത നത്തിൽ മുഴുകിയിരുന്ന കടമ്പേരി മാഷ് വായനശാലാപ്രവർത്തനം ജീവ വായുവായി കൊണ്ടുനടക്കുകയായിരുന്നു. ഏതെങ്കിലും പ്രവർത്തന ത്തിൽ പങ്കുചേരുക എന്നതായിരുന്നില്ല മാഷിന്റെ സവിശേഷത. അതിന് നേതൃത്വം കൊടുക്കുക എന്നതായിരുന്നു. മാഷുടെ സാന്നിധ്യം പ്രവർത്ത കർക്കും ആവേശം പകരും.

പുസ്തകവായനയുടെ അനിവാര്യത മാഷ് എപ്പോഴും ചൂണ്ടിക്കാ ട്ടും. നല്ല വായനക്കാരനായ അദ്ദേഹം പുസ്തകവായനയ്ക്കുശേഷം അതിലെ പ്രധാന ഭാഗങ്ങൾ കുറിച്ചിടുമായിരുന്നു. ക്ലാസിൽ ആ ഭാഗം വായിച്ചുകേൾപ്പിക്കുന്നതും മാഷുടെ പ്രത്യേകതയാണ്. കടമ്പേരി യു. പി.സ്കൂളിലെ അധ്യാപകനെന്ന നിലയിലാണ് അദ്ദേഹം ശ്രദ്ധിക്കപ്പെട്ട ത്. കുട്ടികൾക്ക് പ്രിയംകരനായ മാഷായിരുന്നു അദ്ദേഹം. പല അധ്യാപ കരും ചൂരലുകൊണ്ട് ക്ലാസ്സിൽ പോയിരുന്ന കാലമാണത്. പക്ഷേ, കട മ്പേരി മാഷ് അതിൽ നിന്ന് വ്യത്യസ്തനായിരുന്നു. കടമ്പേരിമാഷക്ക് സ്കൂൾ കുട്ടികളെല്ലാം സ്വന്തം മക്കളായിരുന്നു. അവർക്ക് കഥകൾ പറ ഞ്ഞുകൊടുക്കും. പാട്ട് കേൾപ്പിക്കും. സ്കൂൾ സാഹിത്യസമാജത്തിന് നേതൃത്വം നൽകിയതും മാഷാണ്.

മലയാളവും സാമൂഹ്യപാഠവുമാണ് മാഷ് പഠിപ്പിച്ചത്. മാഷടെ പഠ നമെല്ലാം ഗുണപാഠങ്ങളിലാണവസാനിക്കുക. ക്ലാസ്സിൽ പാഠഭാഗം മാത്രം പറയുന്ന പതിവല്ല മാഷ് സ്വീകരിച്ചത്. ലോകത്തോളം ചെന്നെത്തുന്ന താണ് പഠനരീതി. അന്ധവിശ്വാസവും അനാചാരചിന്തകളും കുട്ടികളി ലുണ്ടാവരുതെന്ന് മാഷക്ക് നിർബന്ധമായിരുന്നു. അദ്ദേഹം ഹോം ഗാർഡായും ചുമതല വഹിച്ചിരുന്നു.

സ്കൂളിൽ കായിക പരിശീലനം നൽകിയത് ഹോം ഗാർഡ് മാഷുടെ

നേതൃത്വത്തിലാണ്. കുട്ടികളെ ഫുട്ബോളിൽ പരിശീലിപ്പിച്ചതും മാഷാ
യിരുന്നു. കളിക്കുന്നതിനിടയിൽ കുട്ടികളിൽ ചിലർക്ക് പരിക്കു പറ്റിപ്പോ
കും. ചിലർ ബോധം കെട്ടു വീഴും. ഉടനെ കടമ്പേരി മാഷ് ഓടിയെത്തി
കുട്ടിയെ വാരിയെടുക്കും. പ്രാഥമിക ശുശ്രൂഷ അദ്ദേഹം തന്നെ നല്കും.
സ്വന്തം കാശ് മുടക്കി ചായയും പലഹാരവും വാങ്ങിക്കൊടുക്കും.
അങ്ങനെ കടമ്പേരി സ്കൂളിലെ കുഞ്ഞിരാമൻ മാഷ് കേരളമറിയുന്ന
കുട്ടികളുടെ കഴിത്തോഴനായിത്തീർന്നു.

സി ആർ സി വായനശാലയിൽ കൈയെഴുത്തു മാസിക തുടങ്ങി
കുട്ടികളുടെ സർഗ്ഗാത്മക ഭാവം പ്രോത്സാഹിപ്പിച്ചതും അദ്ദേഹം തന്നെ.
ഗ്രാമീണ ഹൃദയം എന്നാണ് മാസികക്ക് പേരിട്ടത്. കൈയക്ഷരം മനോ
ഹരമായിരിക്കണമെന്ന് മാഷ് നിർബന്ധിക്കും. അച്ചടിച്ചിറങ്ങുന്ന പ്രസി
ദ്ധീകരണത്തോട് കിടപിടിക്കാൻ നമ്മുടെ മാസികക്ക് കഴിയണമെന്ന്
അദ്ദേഹം ചൂണ്ടിക്കാട്ടും.

വായനശാലയുടെ ഭാഗമായി യുവജനരംഗം, ബാലവേദി, മഹിളാ
സമാജം, സാക്ഷരതാകേന്ദ്രം എന്നിവയും പ്രവർത്തിച്ചുവരുന്നു. എല്ലാ
റ്റിനും മുന്നിലുണ്ടായത് കടമ്പേരി മാഷ് തന്നെ. വായനശാലയുടെ ഭാഗ
മായി റേഡിയോഗ്രാമരംഗം പ്രവർത്തിച്ചിരുന്നു. കാർഷികരംഗത്തെ പഠ
നത്തിനും പുരോഗതിക്കും ഏറെ സഹായിക്കുന്നതായിരുന്നു റേഡിയോ
ഗ്രാമരംഗം. പരിപാടിയിൽ അമ്പതോളം കർഷകർ സ്ഥിരമായി പങ്കെടു
ത്തിരുന്നു. അവർക്ക് മാർഗ്ഗനിർദ്ദേശം നല്കിയത് കടമ്പേരി മാഷ്, സംസ്ഥാ
നത്തുതന്നെ നല്ലനിലയിൽ പ്രവർത്തിക്കുന്ന ഗ്രാമരംഗം എന്ന പ്രശസ്തി
സി ആർ സി വായനക്ക് ലഭിച്ചു.

അധ്യാപകനായിരിക്കെ തന്നെ മാഷടെ ശ്രദ്ധ പതിഞ്ഞ വേറൊരു

രംഗം പച്ചക്കറികൃഷിയാണ്. അടുക്കളത്തോട്ടം പച്ചക്കറി കൃഷി വ്യാപിപ്പി ക്കാൻ അദ്ദേഹം ഫലപ്രദമായി ഇടപെട്ടിരുന്നു. സ്കൂളിലെന്നതുപോലെ ലൈബ്രറിയുടെ ഭാഗമായും പച്ചക്കറികൃഷി സംഘടിപ്പിച്ചിരുന്നു. അദ്ദേഹം കുറേ കാലം തളിപ്പറമ്പ് നഗരസഭാ കൗൺസിലറായിരുന്നു. ആ സമ യത്ത് പച്ചക്കറികൃഷി വ്യാപനത്തിൽ ഏറെ ശ്രദ്ധിക്കുകയുണ്ടായി. വായ നശാലയുടെ പരിധിയിലുള്ള നാല്പതു കുടുംബങ്ങളെ ഒരു യൂണിറ്റായി കണ്ടുകൊണ്ടാണ് കൃഷിനടത്തിയത്.

സി ആർ സിയിലെ യുവജനരംഗവും ബാലവേദിയുമാണ് മാഷ് വളരെ ജാഗ്രതയോടെ കൈകാര്യം ചെയ്തത്. രണ്ടിന്റെയും ലക്ഷ്യം നല്ല മനുഷ്യനെ വാർത്തെടുക്കുക എന്നതായിരുന്നു. കഥാകവിത, ചിത്ര രചന എന്നിവയിൽ പരിശീലനം നല്കുകയും അവ അവതരിപ്പിക്കുവാ നുള്ള വേദിയുണ്ടാക്കിക്കൊടുക്കുകയും ചെയ്തു. മാഷ് മുൻ കൈയെ ടുത്ത് അന്താരാഷ്ട്ര ചിത്രപ്രദർശനം നടത്തിയിരുന്നു.

തൊഴിൽ സംരംഭങ്ങൾ പ്രോത്സാഹിപ്പിക്കാനുള്ള അനേകം പരിപാ ടികളും കടമ്പേരി മാഷ് ആവിഷ്കരിച്ചു. സി ആർ സി മഹിളാസമാജ ത്തിന്റെ ആഭിമുഖ്യത്തിലാണ് തയ്യലിലും, കൊട്ട മടയൽ–കസേര മട യൽ എന്നിവയിലും പരിശീലനം ഏർപ്പെടുത്തിയത്. പില്ക്കാലത്ത് സ്ത്രീകൾക്ക് ഇതൊരു ജീവനോപാധിയായ് മാറുകയുണ്ടായി.

കടമ്പേരിക്കുള്ള മറ്റൊരു പ്രസിദ്ധി നീന്തൽ മത്സരം സംഘടിപ്പി ക്കുന്ന ഗ്രാമം എന്ന നിലയ്ക്കാണ്. മാഷടെ വീട്ടിനു മുന്നിലുള്ള കട മ്പേരി ക്ഷേത്രച്ചിറയാണ് നീന്തലിന് വേദിയാകുന്നത്. സീ ആർ സി വായ നശാലയുടെ മുഖ്യശില്പിയായ കടമ്പേരിമാഷ് തന്നെ ഇത്തരം മത്സര ങ്ങൾക്കും കടിഞ്ഞാൺ പിടിച്ചു. ജില്ലാ–സംസ്ഥാലതല നീന്തൽ മത്സര ങ്ങൾ ഇവിടെ സംഘടിപ്പിക്കുകയുണ്ടായി.ജില്ലാ അക്വാറ്റിക് അസോസി യേഷൻ വൈസ് പ്രസിഡണ്ടായും മാസ്റ്റർ പ്രവർത്തിക്കുകയുണ്ടായി.

നാടിന്റെ നാനാമുഖമായ നന്മയ്ക്കുള്ള ഒരു പ്രകാശഗോപുരമാക്കി സി ആർ സി വായനശാലയെ ഉയർത്തിക്കൊണ്ടു വന്നു എന്നതാണ് മാഷടെ നേട്ടം. ഇന്നു കാണുന്ന കെട്ടിടത്തിന്റെ നിർമ്മാണപ്രവർത്തന ങ്ങളുടെ പിന്നിലും മാഷടെ നിസ്വാർത്ഥസഹകരണമുണ്ടായിരുന്നു. 2003 ലെ ഏറ്റവും നല്ല കേരളത്തിലെ ഗ്രാമീണഗ്രന്ഥാലയത്തിനുള്ള ഡി സി പുരസ്കാരം സീ ആർ സി ക്ക് നേടിക്കൊടുത്തതും മാഷടെ പ്രവർത്ത നമികവിന്റെ ഫലമാണ്.

ശാസ്ത്രജ്ഞൻമാർ പോലും അന്ധവിശ്വാസത്തിന് കീഴടങ്ങുന്ന കാലത്താണ് നാം ജീവിക്കുന്നതെന്ന് മാഷ് ഓർമ്മിപ്പിക്കുമായിരുന്നു. റോക്കറ്റ് വിക്ഷേപിക്കുമ്പോൾ പോലും പൂജകൾ നടത്തുന്നു. നഷ്ടമൂ ല്യങ്ങളുടെ സ്മരണകളയവിറക്കി നേരം കഴിക്കാനുള്ളതല്ല ജീവിതമെ ന്നദ്ദേഹം ചൂണ്ടിക്കാട്ടി. നവോത്ഥാനത്തിന്റെ കാഹളം കേട്ട് ഉണർന്നെ ണീറ്റ കേരള ജനതയ്ക്ക് വെല്ലുവിളികളെ നെഞ്ചുറപ്പോടെ എതിരിടാനാ കണമെന്നും അദ്ദേഹം പറഞ്ഞു.

നല്ല വായനക്കാരനായ മാഷ് പുസ്തകങ്ങളിലെ പ്രസക്തഭാഗങ്ങൾ എഴുതി സൂക്ഷിക്കുമായിരുന്നു. കുമാരനാശാന്റെയും ചങ്ങമ്പുഴയുടെയും കവിതകളാണ് മാഷക്ക് ഏറെയിഷ്ടം. ജീവിതാനുഭവങ്ങളിൽ നിന്നും ചീന്തിയെടുക്കുന്നതാണ് അവരുടെ വരികളെന്ന് അദ്ദേഹം പറയും. ആശാന്റെ..

ഒരു നിശ്ചയമില്ലയൊന്നിനും
വരുമോരോദശ വന്ന പോലെ പോം
വിരയുന്നു മനിഷ്യനേതിനോ
തിരിയാ ലോക രഹസ്യമാർക്കുമേ..

എന്ന വരികളിലെ ആശയം മനുഷ്യജീവിതത്തിൽ പൊതുവേ അനു ഭവപ്പെടുന്നതാണെന്ന് മാഷ് ചൂണ്ടിക്കാട്ടുന്നു.

വായന പ്രോത്സാഹിപ്പിക്കാനും പുസ്തകങ്ങൾ സംരക്ഷിക്കാനുമുള്ള പുതിയ ചുവടുകൾ ലൈബ്രറി കൗൺസിലിന്റെ ഭാഗത്തുനിന്നുണ്ടാക ണമെന്ന് കടമ്പേരി മാഷ് പറഞ്ഞു.

5

ചിതലരിക്കാത്ത ഓർമ്മകൾ

കടമ്പേരിമാഷ് മുടങ്ങാതെ ഡയറി എഴുതുന്ന ആളാണ്. പൈസയുടെ കണക്ക് വളരെ കൃത്യമായി ഡയറിത്താളിൽ അന്നന്നു കുറിച്ചിടും. ചെലവിടുന്ന പണത്തിന് കണക്ക് വെക്കണം എന്ന് മറ്റുള്ള വരെ ഉപദേശിക്കുകയും ചെയ്യും. ഈ കണക്കുകൾക്കിടയിലും ചിതല രിക്കാത്ത ഓർമ്മകൾ കടമ്പേരിമാഷ് കുറിച്ചിട്ടിരിക്കുന്നു. അവയിലേറി യകൂറും ബാലസംഘവുമായി ബന്ധപ്പെട്ടതാണ്. ബാലസംഘത്തെപ്പറ്റി സംസാരിക്കാത്ത ദിവസം മാഷുടെ ജീവിതത്തിലുണ്ടായിട്ടില്ലെന്നു പറ യാം. അടിയന്തരാവസ്ഥാകാലത്തെ പീഡനം, അധ്യാപനകാലത്തെ ചില സമരാനുഭവങ്ങൾ, മൊറാഴസംഭവത്തിലെ പ്രതി സി കെ പണിക്കരുടെ ജീവിതത്തിലെ ചില ഏടുകൾ, മക്കളെയും പേരമക്കളെയും കുറിച്ചുള്ള ഉത്ക്കണ്ഠകൾ തുടങ്ങിയവയെല്ലാം ഡയറിയിലും നോട്ടുപുസ്തകങ്ങ ളിലും എഴുതി വെക്കും.

ഇന്ത്യൻ ജനാധിപത്യം വെല്ലുവിളി നേരിട്ട സന്ദർഭമായിരുന്നല്ലോ അടിയന്തരാവസ്ഥാ കാലം. രാജ്യം കിരാത ഭരണത്തിലാണ്ടപ്പോൾ രാജ്യ ത്താകമാനം അറസ്റ്റും മർദ്ദനവും നടക്കുകയുണ്ടായി. കടമ്പേരിമാഷും കുടുംബവും ഏറെ പീഡിപ്പിക്കപ്പെട്ടിരുന്നു. പാർട്ടിപ്രവർത്തകരെ ആക്ര മിക്കാനും അവരുടെ വീടുകൾ തകർക്കാനും തൊഴിൽശാലകളും വായ നശാലകളും നശിപ്പിക്കാനും സംഘടിതമായ നീക്കങ്ങൾ നടന്നു. പാർട്ടിശക്തിസ്ഥലം കേന്ദ്രീകരിച്ചാണ് ആക്രമണങ്ങൾ സംഘടിപ്പിച്ചത്. മാഷ് കുറിച്ചിട്ടതു നോക്കുക "തന്റെ ഇഷ്ടത്തിനൊത്തു നടക്കുന്നവരെ മാത്രമേ അധികാരിവർഗ്ഗത്തിന് വേണ്ടൂ.അല്ലാത്തവരോടുള്ള പെരുമാറ്റം ഭീകരവും പൈശാചികവുമായി മാറും. അതുകൊണ്ടാണ് ഇടശ്ശേരി പറ ഞ്ഞത്...'അധികാരം കൊയ്യണമാദ്യം നാം, അതിനുമേലാകട്ടെ പൊന്നാ

ര്യൻ'എന്ന്. കണ്ണടച്ച് വായമൂടി ചെവിപൊത്തി നിൽക്കുന്നൊരു കാലമാ
ണിത്. സ്വാതന്ത്ര്യം എന്ന പദം തന്നെ നിഷ്പ്രഭമായി. അധികാരത്തിന്റെ
അഹന്ത താണ്ഡവമാടുകയായിരുന്നു. ഞാഞ്ഞൂൽ പോലും ഫണമു
യർത്തി ചീറ്റുന്നു."

കടമ്പേരി ചിറയുടെ കിഴക്കെ കരയിലാണ് മാഷും കുടുംബവും
താമസിക്കുന്നത്. അടിയന്തരാവസ്ഥകാലത്ത് മാഷെ പിടികൂടി തടവില
ടക്കാൻ ശ്രമം നടന്നു. വിവരം മുൻകൂട്ടിയറിഞ്ഞ മാഷ് വീട്ടിനടുത്തുള്ള
കുന്നിൻപ്രദേശത്ത് രക്ഷപ്പെട്ടു. അർധരാത്രിയോടടുത്താണ് പൊലീസ്
ജീപ്പ് ദൂരെ വന്നുനിന്നത്. വീട്ടിൽ ഭാര്യയും അമ്മയും ചെറിയ കുട്ടികളുമാ
ത്രം. പോലീസ് വരുന്ന ബൂട്ടടിശബ്ദം കേട്ട് ഭാര്യ ഭയന്നുപോയി.
അമ്മയെ ചോദ്യം ചെയ്തശേഷം പൊലീസുകാർ തിരികെ പോയി.
എന്നാൽ ഭാര്യയുടെ ഉൾക്കിടിലം മാറിയിരുന്നില്ല. വിറയലോടെ മുഖം
കഴുകുന്നതിന് അവർ തളത്തിലേക്ക് നീങ്ങി. പെട്ടെന്ന് കാൽവഴുതി തറ
യിൽ കമിഴ്ന്നടിച്ചു വീണു. മുൻവരിയിലെ പല്ലുകൾ കൊഴിഞ്ഞുപോ
യി. അടിയന്തരാവസ്ഥ തീരുന്നതുവരെ മാഷക്ക് ഭീഷണിയിൽ നിന്ന് മുക്ത
നാകാൻ കഴിഞ്ഞിരുന്നില്ല–'തറയിൽ വീണ് ഭാര്യയുടെ പല്ലുകൾ പോയി.
പകരം പുതിയ പല്ലുകൾ കിട്ടി' എന്ന് മാഷ് കുറിച്ചിട്ടു.

ഇന്ത്യാചൈനാ യുദ്ധകാലത്ത് രാജ്യരക്ഷക്ക് ഫണ്ടുകൊടുത്തില്ലെന്ന
കാരണം പറഞ്ഞും കടമ്പേരിമാഷെയും കള്ളക്കേസ്സിൽ കുടുക്കാൻ ശ്രമം
നടത്തി. പൊലീസ് സ്കൂളിൽ വന്ന് മാഷെ ചോദ്യം ചെയ്തു. അടുത്തദി
വസം സ്റ്റേഷനിൽ ഹാജരാവാൻ ആവശ്യപ്പെട്ടു. കടമ്പേരിമാഷും സഹ
പ്രവർത്തകരും ഫണ്ട് നൽകിയിട്ടുണ്ടായിരുന്നു. തെളിവ് ഹാജരാക്കിയ
പ്പോൾ അറസ്റ്റ് ചെയ്യാതെ വിട്ടയച്ചു.

മൊറാഴ കേസ് പ്രതിയായ സി കെ സി പണിക്കരെപ്പറ്റി നീണ്ടകു
റിപ്പ് തന്നെ മാസ്റ്റർ രേഖപ്പെടുത്തിയിട്ടുണ്ട്. നാട്ടിൽ കുറേകാലം ഒളി
വിൽ കഴിഞ്ഞശേഷം അദ്ദേഹം തൃശ്ശൂർ ഭാഗത്തേക്ക് പോവുകയുണ്ടാ
യി. സി അച്ചുതമേനോൻ, ടി കെ രാമകൃഷ്ണൻ, വി ടി ഭട്ടതിരിപ്പാട് തുട
ങ്ങിയവരുമായി ബന്ധപ്പെട്ട് പണിക്കർ പ്രവർത്തിച്ചിരുന്നു. രാജൻ എന്ന
പേരിലാണ് തൃശ്ശൂർഭാഗത്ത് ഒളിവിൽ കഴിഞ്ഞത്. ഒരു റേഷൻകട നട
ത്തിപ്പുകാരനായും സി കെ പണിക്കർ തൃശ്ശൂർഭാഗത്ത് കഴിയുകയുണ്ടാ
യി. ഒരിക്കൽ പണിക്കർ പൊലീസിന്റെ മുന്നിൽപ്പെടുകയുണ്ടായി.
അദ്ദേഹം വിനയത്തോട കീഴടങ്ങുന്നഭാവത്തിൽ പെരുമാറി. അടുത്ത
ചായപ്പീടികയിൽ കയറി പോലീസുകാർക്ക് ചായവാങ്ങിക്കൊടുത്തു.
ചൂടുള്ള ചായയും പലഹാരവും കഴിക്കുന്നതിനിടയിൽ മൂത്രമൊഴിക്കട്ടെ
എന്നുപറഞ്ഞ് പണിക്കർ പിൻവശത്തുകൂടെ രക്ഷപ്പെട്ടു.

വേറൊരു ദിവസം ഒളിത്താവളം മാറുകയായിരുന്നു. എ കെ ജി
യോടൊപ്പമായിരുന്നു യാത്ര. മിലിട്ടറിയിൽനിന്നും പിരിഞ്ഞുവന്ന ഒരാ
ളാണ് വഴികാട്ടിയായി വന്നത്. പെട്ടെന്ന് ഗുണ്ടകൾ പിന്നിൽ നിന്ന് ആക്ര
മണം നടത്തി. എ കെ ജിയും പണിക്കരും മിലിട്ടറിക്കാരനും ചെറുത്തു

എസ് ആർ പി ക്കൊപ്പം

നിന്നപ്പോൾ ഗുണ്ടകൾ ഓടിപ്പോയി.

കടമ്പേരിമാഷുടെ കൂടെ ജോലിചെയ്ത മുള്ളൻനാരായണൻമാഷെ ഞങ്ങൾ കാണുകയുണ്ടായി. കടമ്പേരിമാഷെപ്പറ്റി അയാൾക്ക് വളരെപ റയാനുണ്ടായിരുന്നു. നാരായണൻമാഷ് നല്ലൊരു കലാകാരനായിരുന്നു. അയാളെ കൊണ്ട് സ്കൂൾ വാർഷികത്തിന് വെളിച്ചപ്പാടിനെ അവതരി പ്പിച്ചത് കടമ്പേരിമാഷാണ്. അധ്യാപകസംഘടനയുടെ സംസ്ഥാനസമ്മേ ളനം കണ്ണൂരിൽ നടന്നപ്പോഴും കടമ്പേരിമാഷുടെ നേതൃത്വത്തിൽ തെയ്യം തുടങ്ങിയ നാടൻകലകൾ അവതരിപ്പിച്ചിരുന്നു.

രാഷ്ട്രീയപ്രവർത്തനത്തിലേർപ്പെടുന്ന കടമ്പേരിമാഷെയും നാരാ യണൻമാഷെയും സ്കൂളിൽ നിന്ന് പുറത്താക്കാൻ അധികാരികൾ ശ്രമം നടത്തി. അധ്യാപകരും രക്ഷിതാക്കളും കൂട്ടായി ചെറുത്തപ്പോൾ ശ്രമം പരാജയപ്പെടുകയായിരുന്നു. കാലത്തിന്റെ കരുത്തുറ്റ ശക്തിയാക്കി കുട്ടി കളെ വാർത്തെടുക്കലാണ് അധ്യാപകന്റെ കടമയെന്ന് അദ്ദേഹം വിശ്വ സിച്ചിരുന്നു.

കടമ്പേരി സ്കൂളിൽ മാഷ് മുൻകൈയടുത്ത് പാർലിമെന്റ് രൂപീക രിച്ചപ്പോൾ അതിന്റെ ഉദ്ഘാടനം നിർവ്വഹിച്ചത്. എ കെ ജിയായിരുന്നു. എ കെ ജിയും അധ്യാപകനായിരുന്നല്ലോ. കുട്ടികളോടൊപ്പം ചെലവഴി ക്കുന്ന നിമിഷമാണ് ഏറ്റവും ധന്യമായതെന്ന് എ കെ ജി ചൂണ്ടിക്കാട്ടുക യുണ്ടായി.

ഒരു കഷണം ചോക്കാണ് അധ്യാപകന്റെ ആയുധമെന്ന് മാഷെഴു തുന്നു. കുസൃതികാട്ടുന്ന കുട്ടികളാണ് മുന്നിൽ വന്നിരിക്കുന്നത്. അവരെ

അടക്കിയിരുത്താനും രസിപ്പിച്ച് അറിവ് പകരാനും അധ്യാപകർക്ക് സാധി
ക്കണം.

"അച്ഛന്റെ ജാതി നോക്കിയാണ് കുട്ടിയുടെ ജാതി നിർണയിക്കേണ്ട
തെന്ന സുപ്രീംകോടതിവിധി വിവാദമാകുന്നു. പുരുഷമേധാവിത്വത്തിന്റെ
കാഴ്ചപ്പാടിൽ നിന്നും നീതിപീഠവും മോചിതമല്ല. കുട്ടികൾക്ക് സ്വന്തം
ജാതി തെരഞ്ഞെടുക്കുവാൻ അവകാശമുണ്ടാവണം–" ഒരു ഡയറിക്കുറ
പ്പിൽ മാഷ് രേഖപ്പെടുത്തുന്നു.

'ശിശുദിനം' എന്ന പേരിൽ ഡയറിയിലെ പല പേജുകളിലും കുറി
പ്പുകളുണ്ട്. 1946ൽ സ്ഥാപിതമായ യൂണിസെഫിന്റെ ആഹ്വാനം കുട്ടി
കൾക്ക് പ്രയോജനം ചെയ്യുന്നതാണ്. കുട്ടികൾക്കായി ഒത്തുചേരുക എന്ന
തായിരുന്നു യൂണിസെഫിന്റെ നിർദ്ദേശം. കുട്ടികൾക്കിണങ്ങിയ ഒരു
ലോകം പണിയണം. ലോകത്ത് അനാഥരായി കഴിയുന്ന കുട്ടികളെ
യെല്ലാം രക്ഷിക്കാൻ പരിപാടികളുണ്ടാവണം. അറബി നാടുകളിൽ ഒട്ട
കജോലിക്ക് കുട്ടികളെയാണ് ഉപയോഗിക്കുന്നത്. ഒട്ടകപ്പുറത്തുനിന്നും
വീണ് കുട്ടികൾ മരണപ്പെടുകയും ചെയ്യുന്നു.

കുറിപ്പുകളിൽ വീട്ടിലുള്ളവരെയും ബന്ധുക്കളെയും സുഹൃത്തു
ക്കളെയും പരമാർശിക്കുന്നവയുമുണ്ട്.

ഭാര്യയെയും കുട്ടി മെഡിക്കൽ കോളേജിൽ പോയി. കെ ടി ശ്രീ
ലത ആൺകുട്ടിയെ പ്രസവിച്ചു. പ്രസവത്തെത്തുടർന്ന് പരിയാരം മെഡി
ക്കൽ കോളേജിൽ രജനി മരിച്ചുപോയി. കോഴിക്കോട്ടുനിന്നും ജയദേവ
നൊപ്പം കടമ്പേരിക്ക് തിരിച്ചു. ഡി സി ഓഫീസിൽ ചെന്ന് ശശിയെയും
ഇ പി ജയരാജനെയും കണ്ടു. രാജേഷിന്റെ കാര്യം സംസാരിച്ചു.
ആര്യയും ഷീനയും പാടിച്ചാലിൽ പോയി.

ബാലസംഘം കേമ്പുകളെപ്പറ്റിയുള്ള ചില കുറിപ്പുകളിങ്ങനെ:
"പുലർച്ചെ അഞ്ചരക്ക് ഉണർന്നു. ഉണർത്തുപാട്ട് പാടി. തുടർന്ന് കായി
കപരിശീലനം. സാധാരണരീതിയിൽ നിന്നും വ്യത്യസ്തമാണ് ബാല
സംഘം ശില്പശാല. കായികപരിശീലനത്തിന് വി പി പവിത്രനും ജി
സുരേന്ദ്രനാഥും നേതൃത്വം നൽകുന്നു. പുതിയ ലോകക്രമം കുട്ടികൾ
തിരിച്ചറിയണം. കയ്യൂർ കേമ്പിൽ 130 രക്ഷാധികാരികളും 1120 കുട്ടികളും
പങ്കെടുത്തു. മയിൽ, കുയിൽ, തത്ത, മൈന എന്നിങ്ങനെ നാലുഗ്രൂപ്പുക
ളിലായി കുട്ടികളെ തരം തിരിച്ചാണ് പരിശീലനം നൽകിയത്. മഞ്ഞും
കുളിരും വകവെക്കാതെ, രാപ്പകൽ ഭേദമില്ലാതെ എല്ലാവരും ശില്പശാ
ലക്ക് നേതൃത്വം വഹിച്ചു. കയ്യൂരിലെത്തിയ കേമ്പംഗങ്ങളെ ചെണ്ടമേള
ങ്ങളുടെ അകമ്പടിയോടെ പന്തങ്ങളേന്തിയാണ് വരവേറ്റത്."

സ്വാതന്ത്ര്യസമരസേനാനിയും മൊറാഴ കേസ് പ്രതിയും കമ്യൂണി
സ്റ്റുകർഷകപ്രസ്ഥാനത്തിന്റെ സമുന്നതനേതാവുമായിരുന്ന സുബ്രഹ്മണ്യ
ഷേണായിയെ കാണാൻ കടമ്പേരിമാഷ് പലപ്പോഴും വരുമായിരുന്നു.
സാമ്രാജ്യത്വവിരുദ്ധ ദിനാചരണത്തിന്റെ ഭാഗമായി ബാലസംഘം മൊറാ
ഴയിൽ സംഘടിപ്പിച്ച 'പടനിലങ്ങളിൽ മുഖാമുഖം'പരിപാടിയിൽ സുബ്ര

ഫണ്യഷേണായി പങ്കെടുക്കുകയുണ്ടായി. പടനിലങ്ങളിൽ പോരടിച്ച ദേശാഭിമാനികളുടെ ജീവിതകഥ ബാലസംഘം കുട്ടികൾ പഠിക്കണം".

"കുട്ടികൾ പൂക്കളുടെയും പൂമ്പാറ്റുകളുടെയും കൂടെ വളരണം. വീട്ടിലും അയൽപക്കത്തുമുള്ളവരുടെ കൂടെ ഇടപഴകണം. കവിതവാ യിച്ച് ശീലിക്കണം. കണ്ണ് തുറന്ന് ഇരുവശവും കാണണം. ടെലിവിഷനു മുന്നിൽ മാത്രം സമയം ചെലവിടരുത്" ഒരു കുറിപ്പിൽ മാഷ് സൂചിപ്പി ക്കുന്നു.

വിദ്യാഭ്യാസത്തിന്റെ കച്ചവടരീതിയെപ്പറ്റി മാഷ് എന്നും പറയും. ബ്രിട്ടീഷ് കമ്മട്ടത്തിലടിച്ച വിദ്യാഭ്യാസരീതി കുട്ടികൾക്ക് ചേർന്നതല്ല. കമ്പ്യൂട്ടർ അറിയുമോ എന്നല്ല, നല്ല മനുഷ്യനായി പെരുമാറാനറിയുമോ എന്നാണ് ചോദിക്കേണ്ടത്. ടാഗോറിന്റെ വരികൾ മാഷ് ഓർമ്മിപ്പിക്കു ന്നു.

മനസ്സ് നിർഭയമാകട്ടെ
ശിരസ്സ് ഉന്നതമാകട്ടെ
വചസ്സ് നിർമ്മലമാകട്ടെ
ജ്ഞാനം സ്വാതന്ത്രമാകട്ടെ.

തിരുപ്പതിവെങ്കിടേശ്വരന് നിത്യേനലക്ഷക്കണക്കിന് രൂപ കാണിക്ക യായി കിട്ടുന്നുണ്ട്. ഒരുദിവസത്തെ പത്രത്തിൽ വന്ന വാർത്ത മാഷ് ഡയ റിയിൽ കുറിച്ചിട്ടു."തിരുപ്പതി-തിരുമലവെങ്കിടേശ്വര ഭഗവാന് കാണിക്ക യർപ്പിച്ചതിൽ 50 ലക്ഷം രൂപ കള്ളനോട്ടുകളായിരുന്നു."

6
കവി

കുട്ടികൾക്കിടയിൽ ഓടിച്ചാടി നടക്കുന്ന കടമ്പേരി മാഷ് കവിയാ യിരുന്നു എന്ന് എല്ലാവർക്കുമറിയില്ല. കണ്ണൂരിൽനിന്ന് പുറത്തിറങ്ങിയി രുന്ന *ദേശമിത്രം* ആഴ്ചപ്പതിപ്പിലാണ് കവിതകളെഴുതിയിരുന്നത്. ആദ്യ കവിത 'മർത്ത്യൻ എങ്ങോട്ട്' എന്ന പേരിൽ പ്രസിദ്ധീകരിച്ചതാണ്. പന്ത്രണ്ടു വരിയിലുള്ള ചെറിയ കവിതയിൽ മനുഷ്യന്റെ യുദ്ധക്കൊതി യെക്കുറിച്ച് മാഷ് വിവരിക്കുന്നു. ലോകത്തുള്ള ജീവികളിൽവച്ച് ഏറ്റവും ബുദ്ധി ശക്തിയുള്ളത് മനുഷ്യനാണ്. ബുദ്ധിശക്തി എന്തിനായാണ് വിനി യോഗിക്കേണ്ടത്. ജനങ്ങളുടെ നന്മയ്ക്കായി ചെലവിടണം. ആ ലോക തത്ത്വം വിസ്മരിച്ചുകൊണ്ട് മനുഷ്യർ അന്യോന്യം കൊന്നൊടുക്കാൻ ആയുധങ്ങൾ നിർമ്മിക്കുന്നു.

ഹൈഡ്രജൻ ബോംബുകൾ നിർമ്മിക്കുന്നു
ചുട്ടെരിച്ചീടുവാൻ ചുറ്റുപാടും..
കഷ്ടമേ..!മർത്ത്യാ, നീ രാക്ഷസനോ..
നിർത്തുക സംഹാരനർത്തനം നീ..

ഹിരോഷിമയിലും നാഗസാക്കിയിലും അണുബോംബിട്ട് മനുഷ്യരാ ശിയെ കൊന്നൊടുക്കിയ സാമ്രാജ്യത്വത്തിന്റെ ആസുരഭാവത്തിനെതിരെ ജനമനസ്സുണരണമെന്ന് കടമ്പേരി മാഷ് പാടുന്നു.

1966 ഒക്ടോബർ 29, 30 തീയതികളിൽ കാഞ്ഞങ്ങാട്ട് വച്ച് മഹാ കവി പി കുഞ്ഞിരാമൻനായരുടെ ഷഷ്ടിപൂർത്തി കൊണ്ടാടി. സമ്മേള നത്തിന്റെ ഭാഗമായി എൻ വി കൃഷ്ണവാരിയരുടെ അദ്ധ്യക്ഷതയിൽ കവി സമ്മേളനം നടക്കുകയുണ്ടായി.ആ കവി സമ്മേളനത്തിൽ കടമ്പേരി മാഷ് 'നിളയുടെ കാമുകൻ' എന്ന കവിത അവതരിപ്പിക്കുകയുണ്ടായി. ആകാശത്ത് അമ്പിളിക്കല തിളങ്ങുന്നു. ശുക്രനക്ഷത്രം ഒരു കോണിൽ തെളിയുന്നു. നയനമോഹനമായ അന്തരീക്ഷത്തിൽ നിളയുടെ കാമുക

നായ കവിയെ അവതരിപ്പിക്കുന്നു....
 അവിടെ നിളയുടെയരികെ, മഹാകവി
 നില്ക്കുന്നു..പ്രേമാവേശൻ...,ഏകമാനസൻ..
 കരളിൽ സങ്കല്പങ്ങൾ, കണ്ണിൽ ദിവ്യമാം സ്വപ്നം
 ദേഹമാകവെ പുളകാങ്കുരം...നവോന്മേഷം...!
 കളഭക്കുറി തൊട്ടു മുക്കുറ്റി, കുഞ്ഞിക്കാറ്റിൽ
 ചിരിച്ചുകുഴഞ്ഞാടും തുമ്പച്ചെടികളും
 ഭാരതപ്പുഴയുടെ സൈകതസീമയ്ക്കുള്ളിൽ–
 കവിതന്നോമനച്ചങ്ങാതിമാരായ് നില്പൂ...

 ഇളംകാറ്റ് കവിയോട് കുശലം ചോദിക്കാൻ വന്നു. കുളിർമഞ്ഞ്
വെള്ളപ്പുതപ്പും കൊണ്ടുവന്നു. പട്ടാമ്പിയിൽ പഠിക്കുന്ന കാലം തൊട്ടെ
അനുരാഗത്തിന്റെ മൊട്ടുകൾ ആ മനസ്സിൽ വിരിഞ്ഞിരുന്നു. കരളിൽ കുടി
കൊള്ളുന്ന ശുദ്ധപ്രേമത്തിന്റെ പ്രണവമനോഹരഗാനമാണ് കവിയിൽ
നിന്ന് കേൾക്കുന്നത്..

 കളിയച്ഛനാ, യോണക്കോടിയും വാങ്ങി, നല്ല
 മഴവിൽക്കൊടി തോല്ക്കും പൂക്കളം കൂട്ടിത്തന്നു..
 സർഗ്ഗശക്തിതൻ ചേതോവികാരമലതല്ലും
 ധാർമ്മികരോഷത്തിന്റെ സിംഹഗർജ്ജനമല്ലോ..

 നിളാനദിയോടുള്ള സ്നേഹം തുടർന്നാലും എന്നപേക്ഷിച്ചുകൊണ്ട
വസാനിക്കുന്ന കവിത കേട്ട് കുഞ്ഞിരാമൻനായർ അത്യധികം സംതൃ
പ്തനായി. കടമ്പേരിമാഷുടെ കൈയിൽപ്പിടിച്ച് അഭിനന്ദിക്കുകയുണ്ടായി.

 കടമ്പേരി മാഷ് ആയുർവ്വേദം അല്പസ്വല്പം പഠിച്ചിരുന്നു. നാടൻ
മരുന്നുകളുടെ ഗുണത്തെക്കുറിച്ചദ്ദേഹത്തിനറിയാം.അത്തരം കാര്യങ്ങൾ
പരാമർശിക്കുന്ന ഒരു കവിത നോക്കുക:

 മുത്താറി, പൊടിമീൻ നന്നായ്
 നിത്യം തെറ്റാതെ സേവിക്കിൽ..
 കാത്സ്യത്തിൻ കുറവും നീങ്ങും
 എല്ലും പല്ലും ഗുണം വരും..
 ജീവകം എ കുറഞ്ഞീടിൽ
 കണ്ണിനു രോഗമായീടും..
 നെഞ്ചുവേദനയും പിന്നെ
 പല്ലുകേടുകളും വരും..
 അല്പം മനസ്സുവച്ചീടിൽ
 നേടാമാരോഗ്യമേവനും
 ഏതു പോഷകമാവശ്യം..
 അതറിഞ്ഞു കഴിക്കണം..

 ആനുകാലികങ്ങളിലും മാസികകളിലുമായി അറുപതോളം കവിത
കൾ കടമ്പേരി മാഷ് രചിച്ചിട്ടുണ്ട്. വൃത്തബദ്ധവും അലങ്കാരയുക്തവു
മായ അനേകം കവിതകൾ അദ്ദേഹം രചിച്ചു. ആശയങ്ങൾ വരികളിൽ

വർണ്ണിക്കാൻ തനിക്ക് കഴിവുണ്ട് എന്ന് കവിതകൾ തെളിയിക്കുന്നു. ഓണ
ത്തെക്കുറിച്ചും മഹാബലിയെക്കുറിച്ചും ഒന്നിലേറെ കവിതകളുണ്ട്..

പഞ്ചക്കർക്കിടമാസം പോയൊരു–
പൊന്നിൻ ചിങ്ങമണഞ്ഞപ്പോൾ..
മേഘച്ഛട പോയ്..ഓണപ്പൂവുകൾ
മാനത്തെങ്ങും വിരിയുന്നു..
മാനവരെല്ലാമൊരുപോലൊന്നായി
മാലോകർക്കു പഠിപ്പിച്ചോൻ..
മാബലിയവിടുന്നെത്തീടുന്നു
മോദത്തോടീ മലനാട്ടിൽ..

കവിതകളിൽ കൂടുതലും പ്രകൃതിവർണ്ണനകൾ നിറഞ്ഞതാണ്. കുട്ടി
കൾക്കുപോലും ഹൃദ്യമാകും മട്ടിലാണ് മാഷെഴുതിയത്. പൂന്തോട്ടത്തിലെ
കുട്ടിയുടെ മനസ്സ് മാഷ് വർണ്ണിക്കുന്നത് ചേതോഹരമായിരിക്കുന്നു.

വണ്ടേ, മുരണ്ടുകൊണ്ടൊന്നുപാടൂ
ഇണ്ടൽ വിരണ്ടുകൊണ്ടോടിടട്ടെ
പൂങ്കുയിലേ മണി വീണ മീട്ടൂ..
പൂങ്കാവിലാനന്ദമാടിടട്ടെ
അമ്പിളിയൻപിനോടൊന്നുവന്നു
ഇമ്പമോടെൻ മുഖത്തുമ്മ വെച്ചു..

കവിതയുടെ രചനാനിയമങ്ങൾ കടമ്പേരി മാഷ് പാലിക്കുന്നുണ്ടെന്നു
പറയാനാവില്ല. എങ്കിലും വായിച്ചറിഞ്ഞ മനസ്സ് അദ്ദേഹത്തിനുണ്ടായി
രുന്നു. ഭാവനയുടെ അത്ഭുതസിദ്ധികളൊന്നും അദ്ദേഹം പ്രകടിപ്പിച്ചിട്ടി
ല്ല. താൻ കണ്ടതും അനുഭവിച്ചതും വസ്തുനിഷ്ഠമായി മാഷ് അവതരി
പ്പിക്കുന്നു. കാല്പനികതയുടെ സ്ഫുരണങ്ങളും അങ്ങിങ്ങ് കാണാൻ
കഴിയും. ആദർശം നിറഞ്ഞ സത്യത്തെ അവതരിപ്പിക്കാനാണ് മാഷക്ക്
ഏറെയിഷ്ടം.

സമ്പത്തിൻപ്രതാപത്താൽ മാന്യതതൻ–
മാനദണ്ഡം തീർത്തു സൂക്ഷിക്കും നാട്ടിൽ
എന്തനീതിയും ചെയ്യാം, കണ്ണടച്ചവയ്ക്കൊക്കെ
സമ്മതം മൂളാൻ മാത്രം സന്നദ്ധമീലോകം..

സമ്പത്തും അധികാരവും കൈമുതലായുള്ളവർക്ക് എന്തനീതിയും
ചെയ്യാമെന്നുവരുന്ന ലോകമാണിത്. ഇത്തരം അനീതികളെ എതിർത്തു
തോല്പിക്കുവാൻ തൂലികയേന്തിയവർക്ക് സാധിക്കണമെന്ന് മാഷ് പറ
യുന്നു. സമകാലികജീവിതത്തിലെ പൊരുത്തക്കേടുകൾ മാഷെ എന്നും
അലോസരപ്പെടുത്തിയിരുന്നു.

നല്ല ലോകത്തെ ദർശിപ്പാൻ
പള്ളിവാതിൽ കടന്നവർ..
മതത്തിന്റെ അവീനുണ്ണും–
അഗ്രശാലയിലെത്തിനാർ.

അവിടെ മനുജസ്നേഹം
മരവിച്ചുകിടപ്പിതു..
അവിടെ മതവിഷപ്പാമ്പ്
പത്തിനീർത്തിരസിക്കയായ്..

ജാതി–മത ശക്തികളുടെ കടന്നുകയറ്റത്തെ കടമ്പേരിമാഷ് എന്നും എതിർത്തു പോന്നിരുന്നു. സ്നേഹം തളിർക്കേണ്ട ഹൃദയങ്ങളിൽ മതാന്ധതയുടെ വിഷപ്പൂക്കൾ വിടർത്താനുള്ള തീവ്രശ്രമമാണ് നടക്കുന്നത്. ഇവിടെ ആലസ്യം മതിയാക്കി ഉണർന്നിരിക്കാൻ പൊതുപ്രവർത്തകർക്ക് കഴിയണം. ആത്മചൈതന്യത്തിന്റെ കൈത്തിരി അണയാതെ കാത്തു സൂക്ഷിക്കണം. നമ്മുടെ കൈകൾ എന്ന പേരിൽ മാഷടെ ഒരു കൊച്ചു കവിതയുണ്ട്. എന്തിനാണ് മനുഷ്യർക്ക് കൈകളുണ്ടായത്? കൈകൾ കൊണ്ട് നാമെന്തെല്ലാം കാട്ടുന്നു...? മാഷ് വിവരിക്കുന്നു..

പാഠമെഴുതാം..
പാടത്തെപ്പണി ചെയ്യാം..
ചോറുണ്ണാം...
കൈകൊണ്ടഭിനയിക്കാം.., നമു–
ക്കൊന്നിച്ചുകൂടി കൈ മുട്ടാം..
വട്ടക്കുടകൾ പിടിക്കാം.
പെട്ടികൾ പേറാം..
അമ്പും വില്ലുമെടുക്കാം..
മല്ലയുദ്ധം ചെയ്യാം..
മുല്ലപ്പൂകോർക്കാം
പുസ്തകം ഏന്തിനടക്കാം.

ഇങ്ങനെ കൈകൊണ്ട് സാധിക്കാത്തതായി ഒന്നുമില്ല. നല്ലകാര്യത്തിനും ചീത്ത കാര്യത്തിനും കൈകളുപയോഗിക്കാം. കൊല്ലാനും രക്ഷിക്കാനും കൈകൾക്ക് കഴിയും. തത്ത്വചിന്താപരമായ ഒരു ജീവിതവീക്ഷണം മാഷടെ കവിതകളിലുണ്ട്. കവിതാവഴിയിൽത്തന്നെ മാഷ് മുന്നോട്ട് പോയില്ല. എന്താണ് കാരണമെന്നറിയില്ല. കവിതകൾ സമാഹരിച്ച് പുസ്തകമാക്കണമെന്നും അദ്ദേഹത്തിനു തോന്നിയില്ല. മനസ്സിൽ തുടിച്ചത് അക്ഷരങ്ങളിൽ പ്രകടിപ്പിക്കുക എന്ന കൃത്യമാണ് മാഷ് നിർവ്വഹിച്ചത്. അത് ഏറെ ഫലപ്രദവും കാലികവുമാണെന്ന് അദ്ദേഹത്തിന്റെ കവിതകൾ തെളിയിക്കുന്നു.

നിളയുടെ കാമുകൻ
പി വി കെ കടമ്പേരി

വസന്തം, വാനിൻകോണിലമ്പിളിക്കല, ശുക്ര–
താരകം വിഹായസ്സിൽ മാർഗമൊന്നൊരുക്കുന്നു.
ഗാനമാധുരി പകർന്നുണർന്നുഷക്കാലം
നാനാമോഹനം മലർ വിരിയാനുഴറുന്നു.

ആയിരം ചെന്താമരപ്പൂവിതൾ തൂവിക്കൊണ്ട്
ആഗമിക്കുന്നു നിത്യ സാക്ഷിയാം കർമ്മസൂര്യൻ
ലജ്ജാനമ്രയാം നിള തൂമന്ദഹാസം തൂകി
മുഗ്ദസൗന്ദര്യം ചാർത്തി വർത്തിപ്പൂ നവോഢപോൽ.
അവിടെ നിളയുടെ അരികെ മഹാ കവി
നില്ക്കുന്നു പ്രേമാവേശൻ ഏക മാനസനായി
കരളിൽ സങ്കല്പങ്ങൾ, കണ്ണിൽ ദിവ്യമാം സ്വപ്നം
ദേഹമാകവേ പുളകാങ്കുരം നവോന്മേഷം
കളഭക്കുറി തൊട്ട് മുക്കുറ്റിപ്പൂവും വന്നു
ചിരിച്ചു കുഴഞ്ഞാടാൻ തുമ്പപ്പൂ ചെടികളും
ഭാരതപ്പുഴയുടെ സൈകതസീമയ്ക്കുള്ളിൽ
കവിതന്നോമൽ ചെറുചങ്ങാതിമാരായി നില്പൂ
കുശലം ചോദിക്കാനായെത്തി കുഞ്ഞിക്കാറ്റും
കുളിർമഞ്ഞ് ശുഭ്രമാം പുതപ്പും കൊണ്ടെത്തി
കവിയെയുരുമ്മിത്തൻ ഉദ്ദേശ്യം പറയുവാൻ
തിടുക്കം കൊണ്ടീടുന്നു, കവിയോ പ്രേമാകുലൻ
പട്ടാമ്പിയിൽ വിദ്യനേടുന്നകാലം തൊട്ടേ
മൊട്ടുകളനുരാഗത്തിൽ വിടർന്നു സുഗന്ധമായി
കരളിൽ കുടികൊള്ളുമീ വിശുദ്ധ സ്നേഹത്തിൽ
പ്രണവമനോഹരഗാനമിന്നിതാ കേൾപ്പൂ
കളിയച്ഛനായയോണക്കോടിയും വാങ്ങി നല്ല
മഴവിൽക്കൊടി തോൽക്കും പൂക്കളം കൂട്ടിത്തന്നു
സർഗശക്തിതൻ ചേതോവികാരമലതല്ലും
ധാർമ്മികരോഷത്തിന്റെ സിംഹഗർജ്ജനമല്ലോ
വള്ളുവനാടും പെണ്ണും പുള്ളുവൻ പാട്ടും നല്ലോ–
രമ്പലങ്ങളും, തിരുവാതിര, തിറകളും
ആമ്പലും,ഓണപ്പൂവുമർച്ചിക്കുമമനോഹര–
ഗാനനിർജ്ജരി കവേ അങ്ങേക്കുനമസ്കാരം
തുടരു നിളയോടുള്ളീ പ്രേമം, സർഗവീഥി–
തുടർന്നാലും ഭാഷാകേരളം വളർന്നെത്തട്ടെ

1966 ഒക്ടോബർ, 29,30 തീയ്യതികളായി കാഞ്ഞങ്ങാട്ട് ദുർഗ്ഗാഹൈ സ്കൂളിൽ വച്ച് നടന്ന മഹാകവി പി കുഞ്ഞിരാമൻ നായരുടെ ഷഷ്ടി പൂർത്തി ആഘോഷവേളയിൽ കവി സമ്മേളനത്തിൽ അവതരിപ്പിച്ച കവിത.

എന്റെ കവിത

വാനമാം മേലാപ്പിങ്കൽ താരകരത്നാവലി
വാസന്തപൂർണ്ണേന്ദുവിലാമോദം തിളങ്ങവേ
കാനനക്കൊച്ചാറൊരു കളകൂജനം പാടി

ആനന്ദമോടെ മന്ദം പുഞ്ചിരിച്ചൊഴുകവേ
സ്വച്ഛമാം മരതകപ്പുല്ലിനാൽ പുതപ്പിട്ട
നെൽപ്പാടം കിടന്നാടി മാരുതനേറ്റീടവേ
എൻ കരൾ കുളിർക്കുവാൻ വേദനയകറ്റുവാൻ
മൂകത വെടിഞ്ഞുഞാനവിടെ വിഹരിക്കേ
പിടഞ്ഞെൻ ചിത്തം ചുറ്റും പാഞ്ഞുപാഞ്ഞകന്നുപോയ്
തുടിക്കും സമൂഹത്തിൻ നൂറിനം കാര്യങ്ങളിൽ
പട്ടിണിക്കൊടും തീയിൽ വാടി വീണൊടുങ്ങുന്ന
കൊട്ടാരം നിറക്കുന്ന കർഷകക്കൂരയ്ക്കുള്ളിൽ
വിശപ്പ് മാറ്റാനായി പട്ടണം തോറും ചെന്ന്
വിലപിച്ചീടും ജനം പട്ടിണിക്കോലങ്ങളായ്
ജീവിതമെന്തൊന്നിനായ് നീക്കണമെന്നുള്ളത്
ഭാവനയിങ്കൽ പോലും കാണാതെ കലഹിപ്പോർ
ചെന്നുചെന്നൊടുക്കമെൻ മാനസം നിരൂപിച്ചു
ചെന്നെടുക്കണം പേന പടവാളാക്കണം നീളെ
അക്രമ,മനീതിയും ക്രൂരമാം ആചാരവും
ഒക്കവേയകറ്റണം, മണ്ണിതിൽ മനുഷ്യത്വം
കൈവരാൻ പോരാടണം

മാഷ് *തത്തമ്മ* മാസികയുടെ പ്രിന്ററും പബ്ലിഷറുമായിരുന്നു. ബാല സംഘം രൂപംകൊടുത്ത കേരള ചിൽഡ്രൻസ് പബ്ലിക്കേഷൻസ് ആണ് *തത്തമ്മ* 1992 ൽ ഏറ്റെടുത്തത്. ആദ്യം മാസികയായിത്തുടങ്ങിയ *തത്തമ്മ* പിന്നീട് *ദേശാഭിമാനി* ഏറ്റെടുക്കുകയായിരുന്നു. ബാലമനസ്സുകളുടെ അഭി രുചികൾക്കനുസരിച്ച് *തത്തമ്മ* മാസികയെ മാറ്റിയെടുക്കുന്നതിൽ കട മ്പേരി മാഷ് സുപ്രധാന പങ്ക് നിർവ്വഹിച്ചു.

7

മൊറാഴയുടെ കഥ

പോരാട്ടചരിത്രത്തിലെ പൊള്ളുന്ന ഏടാണ് മൊറാഴ സംഭവം. യുദ്ധത്തിനും പട്ടിണിക്കുമെതിരെ മലബാറിലെ കൃഷിക്കാരും തൊഴിലാ ളികളും ഒന്നിച്ച് മുന്നേറിയ കഥയാണ് മൊറാഴക്കു പറയാനുള്ളത്. 1940 സപ്തംബർ 15ന് പ്രതിഷേധദിനമായി ആചരിക്കുവാൻ അന്നത്തെ കെ. പി.സി.സി. ആഹ്വാനം ചെയ്യുകയുണ്ടായി. ആ ദിവസം കണ്ണൂർജില്ലയിലെ മൊറാഴയിലുണ്ടായ സംഭവം കുട്ടികൾക്ക് പരിചയപ്പെടുത്തിക്കൊടുക്ക ണമെന്നത് കടമ്പേരിമാഷുടെ വളരെക്കാലമായുള്ള ആഗ്രഹമാണ്. മൊറാ ഴയുടെ കഥ എന്ന ബാലസാഹിത്യകൃതി എഴുതാനിടയായത് ആ ആഗ്ര ഹത്തിന്റെ ഫലമാണ്. കൃതിക്ക് ആമുഖമെഴുതിയത് പിണറായി വിജയ നാണ്. ബാലസാഹിത്യശാഖയിൽ തന്നെ പുതുമയുള്ള കാൽവെപ്പാണ് ഈ കൃതിയെന്ന് അദ്ദേഹം ചൂണ്ടിക്കാട്ടി. ബാലസാഹിത്യമേഖലയ്ക്ക് വിപ്ലവസമരങ്ങൾ പൊതുവെ അപരിചിതമാണ്. മലബാറിൽ 1940 കൾക്ക് ശേഷം ഒട്ടേറെ പോരാട്ടങ്ങൾ നടന്നിട്ടുണ്ട്. മാഷുടെ നാട്ടിനടുത്തുള്ള മൊറാഴയിൽ സംഭവിച്ചത് ആധുനികകേരളചരിത്രത്തിലെ ത്രസിക്കുന്ന ഒരേടായിത്തീർന്നു.

മൊറാഴസംഭവം നടക്കുമ്പോൾ കടമ്പേരിമാഷക്ക് 6 വയസ്സ്. ബാല മനസ്സിൽ അതിന്റെ ഭീതി നിറഞ്ഞ നിഴലുകൾ പതിഞ്ഞിരുന്നു. പിൽക്കാ ലത്ത് സ്വന്തം വലിയമ്മാവനിൽ നിന്ന് സംഭവത്തെക്കുറിച്ച് കൂടുതൽ കാര്യങ്ങൾ അറിഞ്ഞു. കർഷകസംഘം ഉടലെടുത്തതും ജന്മിക്കെതിരെ സമരം ചെയ്തതുമെല്ലാം വലിയമ്മാമൻ പറഞ്ഞുകൊടുത്തു. മൊറാഴ സംഭവത്തിൽ പങ്കെടുത്തവരുമായും സംസാരിക്കുകയും ചെയ്തു. വിശ ദമായ അന്വേഷണത്തിനുശേഷമാണ് പുസ്തകം രചിച്ചത്. ഇങ്ങനെ യൊരു കഥ രചിക്കണമെന്ന കാര്യം മാഷ് പലതവണ സൂചിപ്പിച്ചിട്ടുണ്ട്.

ചരിത്രസംഭവമാകയാൽ ഏതു രീതിയിൽ അവതരിപ്പിക്കണമെന്നതായി രുന്നു പ്രശ്നം. ഒടുവിൽ കുട്ടികൾക്കിടയിലുരുന്ന് ഒരധ്യാപകൻ കഥ പറ യുന്ന രീതിയിൽ സംഭവങ്ങൾ വിശദമാക്കുവാൻ മാഷ് ആഗ്രഹിച്ചു. കുട്ടി കളെന്നു പറയുമ്പോൾ മാഷുടെ മനസ്സിൽ ബാലസംഘത്തിലെ കുട്ടിക ളാണ് ഓടിയെത്തിയത്യ

14 അധ്യായനങ്ങളുള്ള കൃതിയാണിത്. പാവപ്പെട്ട കർഷകൻ ജന്മി യുടെ ഭീഷണിക്കും പോലീസിന്റെ ക്രൂരമർദ്ദനത്തിനും ഇരയായത് ചരി ത്രത്തിന്റെ പ്രത്യേക കാലഘട്ടത്തിലാണ്. കുടിയാന്മാരെ ഒഴുപ്പിക്കാനും കള്ളക്കേസിൽ കുടുക്കി തടവിലിടാനും ജന്മി ശ്രമിക്കുമായിരുന്നു. എന്നാൽ കർഷകസംഘം ഉടലെടുത്തപ്പോൾ ജനത സടകുടഞ്ഞെണീ റ്റു. അനീതിക്കും അടിമത്തത്തിനുമെതിരെ പ്രതിഷേധിച്ചു. അത്തരം ഒരു പ്രതിഷേധമാണ് മൊറാഴയിലും ഉണ്ടായത്. ഇതിൽ കടമ്പേരി മാഷ് മൊറാഴയുടെ മാത്രം കഥയല്ല വിശദീകരിക്കുന്നത്. മൊറാഴ എന്നത് ഒരു കൊച്ചുഗ്രാമമാണ്. ആ ഗ്രാമത്തെ ചുറ്റിപ്പറ്റി കല്യാശേരിയിലും പാപ്പി നിശേരിയും, പറശ്ശിനിക്കടവ് സ്ഥിതിചെയ്യുന്നു. ഏ.കെ.ജി. കൃഷ്ണപ്പി ള്ളയും കേരളീയനും ഭാരതീയനും നടന്നുനീങ്ങിയ നാട്ടുവഴികളിലാണ് മൊറാഴാസംഭവമുണ്ടാകുന്നത്. മലബാറിലാകെ ബ്രിട്ടീഷ് സാമ്രാജ്യത്വം കൊടികുത്തി വാഴുന്ന കാലമാണത്. ആ സന്ദർഭത്തിൽ മൊറാഴ ഗ്രാമ ത്തിൽ വീശിയടിച്ച കൊടുങ്കാറ്റ് ബ്രിട്ടീഷ് പാർലമെന്റിൽ പോലും പ്രതി ധ്വനിക്കുകയുണ്ടായി.

ഒരു പുഴക്കരയിലും ആൽമരത്തിനുകീഴിലുള്ള പുൽത്തകിടിയിൽ മാഷും കിട്ടികളും ഇരിക്കുകയാണ്. മരത്തിനുചുറ്റും ചിത്രപണികളുണ്ട്. കുട്ടികളായ നിങ്ങൾക്ക് കഥകേൾക്കാനിഷ്ടമാണോ എന്ന് മാഷ് ചോദി ക്കുന്നു. ഇഷ്ടമാണെന്ന് കുട്ടികൾ ഒന്നിച്ചു പറയുന്നു. മാഷ് അവർക്കു വേണ്ടി മൊറാഴയുടെ കഥ പറയുകയാണ്. കുട്ടികൾ കാത്കൂർപ്പിച്ച് കേട്ടി രുന്നു. എല്ലാ മുഖങ്ങളിലും ആകാംക്ഷ നിഴലിച്ചു. കർഷകരുടെയും തൊഴി ലാളികളുടെയും ചുമയും തന്റേടവും പ്രകടമാക്കിയ മൊറാഴയുടെ കഥ കുട്ടികളിലാകെ ആവേശം വിതക്കുകയായിരുന്നു.

പൊന്നിൻചിങ്ങമാസത്തെക്കുറിച്ച് സൂചിപ്പിച്ചുകൊണ്ടാണ് കഥ തുട ങ്ങുന്നത്. തുമ്പയും മുക്കുറ്റിയും പൂത്തുലഞ്ഞ് നിൽക്കുന്നു. തോട്ട് വക്കത്ത് കൈതപ്പൂ. ഓണക്കാലം മലയാളികൾക്കെല്ലാം ഉത്സവകാലമാ ണ്. കുട്ടികൾ ഓണത്തെക്കുറിച്ച് പലതും പറഞ്ഞു. മാവേലിത്തമ്പു രാന്റെ പാട്ടു് പാടി. കള്ളവും ചതിയുമില്ലാത്ത ഒരു ഭരണകാലത്തെ ഓർമ്മ കുട്ടികളെ സന്തോഷിപ്പിച്ചു. അങ്ങനെയുള്ള ഭരണം പുതിയ കാലത്തും വേണമെന്ന് അവരാഗ്രഹിച്ചു. ഓണം കഴിഞ്ഞാൽ ശ്രീനാരായണഗുരു വിന്റെ ജന്മദിനം വരും. കേരളത്തിൽ ഒരു യുഗപ്പിറവി കുറിച്ചുകൊണ്ടാണ് ശ്രീനാരായണഗുരു പ്രതികരിച്ചത്. ഒരു ജാതിയും ഒരു മതവും ഒരു ദൈവ വുമേ മനുഷ്യർക്കുള്ളുവെന്ന് ഗുരുദേവൻ ചൂണ്ടിക്കാട്ടി. ഓണവും ചത യോത്സവവും കഴിഞ്ഞാണ് 1940 സപ്തംബർ 15ന് മൊറാഴ സംഭവം നട

ക്കുന്നത്. കവി കെ.പി.ജി. നമ്പൂതിരി ആ ദിവസത്തെ പറ്റി പാടുകയു
ണ്ടായി.

1940 സപ്തംബർ 15ന് മൊറാഴ സംഭവം നടന്നത്. കവി കെപിജി
നമ്പൂതിരി ആ ദിവസത്തെപ്പറ്റി പാടുകയുണ്ടായി...

നാല്പതാമാണ്ടു സപ്തംബർ മാസത്തി–
ലപ്പതിനഞ്ചുനിങ്ങളോർക്കുന്നുവോ?
തീയതിയതു മായില്ലൊരിക്കലും
തീയിൽനിന്നു കുറിച്ചിട്ടതാകയാൽ..

തീയ്യിൽ നിന്നു കുറിച്ചിട്ട ആ തീയതി ഒരിക്കലും മാഞ്ഞുപോവാ
ത്തതാണ്. മൊറാഴ നാടിന്റെ ചുണയും തന്റേടവും പ്രകടമായ ദിനമാ
ണത്. കണ്ണൂർ ജില്ലയിൽ തളിപ്പറമ്പ് താലൂക്കിന്റെ തെക്കുപടിഞ്ഞാറെ
കോണിൽ നില്ക്കുന്ന വില്ലേജാണ് മൊറാഴ. കണ്ണൂർപട്ടണത്തിൽ നിന്നും
പതിനഞ്ചു കി.മീറ്റർ സഞ്ചരിക്കണം. കുന്നും വയലും ചേർന്ന കർഷക
ഗ്രാമമാണത്. മലബാർ ജില്ലയുടെ ഭാഗമായ ഈ പ്രദേശം പഴയ ചിറ
യ്ക്കൽ താലൂക്കിൽ ഉൾപ്പെടുന്നു. അന്ന് മലബാർ ബ്രിട്ടീഷ് ഭരണത്തി
ലായിരുന്നു. നാട്ടിലെ ഭൂപ്രഭുക്കളെല്ലാം ബ്രിട്ടീഷുകാരുടെ ഏജന്റുമാരാ
യിരുന്നു. ആ സ്വാധീനം ഉപയോഗിച്ച് ജന്മിമാർ തന്നിഷ്ടം കാട്ടുകയായി
രുന്നു.

നാടെല്ലാം തമ്പുരാക്കളുടേതായിരുന്നു. നട്ടുനനച്ചുണ്ടാക്കേണ്ടത് കുടി
യാൻമാർ. എല്ലാം അനുഭവിക്കേണ്ട് ജന്മിമാർ. നല്ല ഭക്ഷണമോ വസ്ത്രമോ
വീടോ കുടിയാന്മാർക്കില്ല. രാവും പകലും പണിയെടുക്കണം. നിലം പാട്ട
ത്തിനെടുത്താണ് കൃഷി ചെയ്തിരുന്നത്. വാരവും പാട്ടവും കൃത്യമായി
കൊടുക്കണം. അക്രമപ്പിരിവുകൾ വേറെയുമുണ്ടായിരുന്നു. ഇതിനെല്ലാം
പരിഹാരം കാണാനാണ് കർഷകസംഘം ഉടലെടുത്തത്. കൃഷിക്കാരെ
ഉണർത്തി അവകാശബോധമുള്ളവരാക്കിത്തീർക്കണം. വിഷ്ണുഭാരതീ
യന്റെ വീട്ടിൽവച്ചാണ് കർഷകസംഘം രൂപം കൊണ്ടത്. കർഷകസംഘം
ശക്തിപ്പെട്ടതോടെ ജനങ്ങളിൽ പുതിയ ആവേശം ദൃശ്യമായി..

നമ്മൾ ജനിച്ചുവളർന്ന നാട്
നമ്മൾ കനകം വിതച്ചനാട്
നമ്മൾക്കവകാശപ്പെട്ടനാട്
വെള്ളക്കാർ തട്ടിപ്പറിച്ചുവല്ലോ...

എന്ന് കർഷകർ തിരിച്ചു. ബ്രിട്ടീഷ് ഭരണം കൊണ്ടുണ്ടായ വിപ
ത്തുകൾ കടമ്പേരിമാഷ് പറഞ്ഞുകൊടുക്കുന്നുണ്ട്. ബ്രിട്ടൻ ഭാരതത്തെ
കോളനിയാക്കി വെക്കുകയായിരുന്നു. ഇവിടത്തെ സുഗന്ധവ്യഞ്ജനങ്ങ
ളെല്ലാം അവർ വിദേശത്തേക്ക് കൊണ്ടുപോയി. നാട്ടുരാജാക്കന്മാരെ
അവർ പാട്ടിലാക്കിയിരുന്നു. രാജ്യത്തിലെ സമ്പത്തെല്ലാം വെള്ളക്കാർ
കൊണ്ടുപോയപ്പോൾ ഇന്ത്യ പാപ്പരായി. കൃഷിക്കാരും തൊഴിലാളികളും
പട്ടിണിയിലായി. ദാരിദ്ര്യവും തൊഴിലില്ലായ്മയും പെരുകി. ഈ സന്ദർഭ
ത്തിൽ രണ്ടാം ലോകമഹായുദ്ധവും പൊട്ടിപ്പുറപ്പെട്ടു. തൊഴിലാളികളെ

പിരിച്ചുവിടുന്നതും കൂലിയിൽ കുറവു വരുത്തുന്നതും പതിവായി. ഒരു വശത്ത് കരിഞ്ചന്തയും പൂഴ്ത്തിവയ്പും. മറുവശത്ത് പട്ടിണിയും പകർച്ച വ്യാധിയും. ജനങ്ങൾ പ്രക്ഷുബ്ധരായിറങ്ങിത്തിരിച്ചു. കേരളത്തിലെ കോൺഗ്രസ് പ്രസ്ഥാനം പ്രതിഷേധിക്കാനും പ്രതികരിക്കുവാനും ജന ങ്ങളെ ആഹ്വാനം ചെയ്തു. അങ്ങനെയാണ് 1940 സപ്തംബർ 15നും മലബാറിലാകെ കർഷകരും തൊഴിലാളികളും സംഘടിച്ചിറങ്ങിയത്.

പാപ്പിനിശ്ശേരിയിലെ കീച്ചേരിയിൽ പ്രതിഷേധപൊതുയോഗം ചേരാ നാണ് നേതാക്കൾ നിശ്ചയിച്ചത്. നാലുപാട്നിന്നും ജാഥകൾ കീച്ചേരി യിലെത്തണമെന്നും നിർദ്ദേശിച്ചു. എന്നാൽ പ്രസ്തുതദിവസം മലബാർ കലക്ടർ നിരോധനാജ്ഞ പുറപ്പെടുവിച്ചു. കർഷകരുടെ പ്രതിഷേധസ മ്മേളനവും നിരോധിച്ചു. കീച്ചേരിയിൽ ഒരുക്കങ്ങളൊക്കെ ചെയ്തിരുന്നു.

ചലോ ചലോ കീച്ചേരി..

കർഷകസംഘം സിന്ദാബാദ്

മർദ്ദനപ്രതിഷേധദിനം സിന്ദാബാദ്

ചലോചലോ കീച്ചേരി

നാടാകെ ഈ മുദ്രാവാക്യങ്ങളുയർന്നുകൊണ്ടിരുന്നു. ചിറയ്ക്കൽ താലൂക്കിന്റെ നാനാഭാഗങ്ങളിൽ നിന്നും വളണ്ടിയർമാർ ജാഥയായി കീച്ചേരിയിലേക്ക് വന്നുകൊണ്ടിരുന്നു. വളപട്ടണം പോലീസ് അതിർത്തി യിലാണ് കീച്ചേരി. സബ് ഇൻസ്പെക്ടർ കുട്ടിക്കൃഷ്ണമേനോന്റെ നേതൃ ത്വത്തിൽ പോലീസ് സംഘം കീച്ചേരിയിലെത്തിയിരുന്നു.

കീച്ചേരിയിൽ നിരോധനം ഏർപ്പെടുത്തിയപ്പോൾ നേതാക്കൾ ഇരു ന്നാലോചിച്ചു. സമ്മേളനം നടത്താതെ പിരിഞ്ഞുപോകുന്നത് ശരിയല്ല. കീച്ചേരിക്കു പകരം സമീപസ്ഥലമായ വേറൊരു പ്രദേശത്തേക്ക് മാറ്റു ക. മൊറാഴയിലെ അഞ്ചാംപീടിക പ്രദേശത്ത് സമ്മേളനം നടത്താൻ തീരു മാനമായി.

കീച്ചേരിയിലെ സമ്മേളനം നിരോധിച്ചത് ജനങ്ങളെ രോഷം കൊള്ളി ച്ചിരുന്നു. അതുകൊണ്ട് കൂടുതൽ ആവേശത്തോടെ അവർ മൊറാഴയി ലേക്ക് നീങ്ങി. പക്ഷേ, വളപട്ടണം പോലീസ് അടങ്ങിയിരുന്നില്ല. അയാൾ തളിപ്പറമ്പിലേക്ക് കുതിച്ചു. അവിടത്തെ മജിസ്ട്രേട്ടിനെകണ്ട് മൊറാഴ യിലും നിരോധനാജ്ഞ പുറപ്പെടുവിക്കണമെന്നഭ്യർത്ഥിച്ചു. സബ് ഇൻസ്പെക്ടരുടെ നിർബന്ധത്തിന് മജിസ്ട്രേട്ട് വഴങ്ങി. പോലീസും മജി സ്ട്രട്ടും അഞ്ചാം പീടികയിലെത്തി.

അവിടെ യോഗം നടത്താൻ ഒരുങ്ങുകയായിരുന്നു. ചായപ്പീടികയ്ക്ക് തൊട്ടുള്ളതറമേൽ മേശയും ബെഞ്ചും ഇട്ട് ചെങ്കൊടി നാട്ടിയിട്ടുണ്ട്. കേര ളീയനും ഭാരതീയനും കെ.പി.ആർ.ഗോപാലനും വേദിയിലുണ്ടായിരുന്നു. എല്ലാവരും ഉടൻ പിരിഞ്ഞുപോകണമെന്ന് സബ്ഇൻസ്പെക്ടർ കല്പി ച്ചു. യോഗം നടത്താതെ പിരിഞ്ഞുപോകണമെന്ന് സബ് ഇൻസ്പെക്ടർ കല്പിച്ചു. യോഗം നടത്താതെ പിരിഞ്ഞുപോകില്ലെന്ന് സബ്ഇൻസ്പെ ക്ടർ കല്പിച്ചു. യോഗം നടത്താതെ പിരിഞ്ഞുപോകില്ലെന്ന് സംഘാട

കരും. ഉന്തും തള്ളും ബഹളവുമായി. സംഘർഷം മൂത്തുകൊണ്ടിരുന്നു. ഒടുവിൽ തുറന്ന സംഘടനത്തിലെത്തിച്ചേർന്നു. സബ് ഇൻസ്പെക്ടർ കുട്ടിക്കൃഷ്ണമേനോൻ സംഘട്ടനത്തിൽ കൊല്ലപ്പെടാനിടയായി. കർഷ കസംഘം നേതാക്കളെല്ലാം മൃതപ്രായക്കാരായിത്തീർന്നിരുന്നു. കാക്കി കണ്ടാൽ മുട്ടുവിറയ്ക്കുന്ന ജനത നെഞ്ചുയർത്തിനിന്ന് പോരാടി. മൊറാ ഴയിൽ നടന്നത് ആ സംഭവമാണ്. കെ.പി.ആർ ഗോപാലൻ എന്ന ധീര നായ പോരാളിക്ക് സംഭവത്തിന്റെ പേരിൽ വധശിക്ഷ വിധിച്ചു. എന്നാൽ പിന്നീടത് ജീവപര്യന്തതടവാക്കി മാറ്റി.

ഈ ചരിത്രസംഭവമാണ് കടമ്പേരിമാഷ് കുട്ടികളിലെത്തിക്കാൻ പരി ശ്രമിച്ചത്. ബാലസാഹിത്യമാവുമ്പോൾ പ്രതിപാദ്യവും ഭാഷയും വളരെ പ്രധാനമാണ്. ആശയം പ്രകാശിപ്പിക്കാനാണ് ഭാഷയുപയോഗിക്കുന്നത് പറയുന്നതും എഴുതുന്നതും മറ്റുള്ളവർക്ക് എളുപ്പത്തിൽ മനസ്സിലാകു ന്നതാകണം.ശൈലിക്ക് ആകർഷകത്വവുമുണ്ടാവണം. വായിക്കാൻ രസ മുണ്ടാവണമെന്നും വായിച്ചുകഴിഞ്ഞാൽ അറിവുണ്ടാകണമെന്നും എന്ന തത്വം ബാലസാഹിത്യകൃതികൾക്കുണ്ടാവണമെന്ന് ചൂണ്ടിക്കാട്ടാറുണ്ട്. കേൾക്കുന്നവരുടെ ഭാഷാപരിമിതി രചയിതാക്കൾ അറിഞ്ഞിരിക്കണം. കുട്ടികളിലെ കൗതുകം നിലനിർത്തുന്ന രചനാകൗശലവും സ്വീകരിക്ക ണം. കടമ്പേരിമാഷ് കഥപറയുന്നമട്ടിലാണ് ഈ കൃതി തുടങ്ങുന്നത്. ഇടയിൽ അനുഭവസ്ഥയായ ഒരു മുത്തശ്ശിയെ കുട്ടികൾക്കുമുന്നിലെത്തി ക്കുന്നുണ്ട്.നാണിയമ്മ. അവർക്കന്ന് പത്തുവയസ്സാണ്. അമ്മയും മാത്രമേ വീട്ടിലുള്ളൂ. രാത്രിയിൽ പോലീസ് പട വീടുകളെല്ലാം അരിച്ചുപെറുക്കി. കണ്ണിൽ കണ്ടവരെയെല്ലാം പോലീസ് പിടിച്ചു. വീടുകൾ കൊള്ള ചെയ്തു. ചട്ടിയും കലവും തച്ചുടച്ചു. ഉരലും ഉലക്കയും കിണറ്റിലിട്ടു. നാണിയമ്മ അഭിനയത്തോടെ സംഭവങ്ങൾ വിവരിച്ചപ്പോൾ കുട്ടികൾക്ക് നാടകം കാണുന്നതുപോലെ അനുഭവപ്പെട്ടു. കഥപറയുന്നതിനിടയിൽ നാടകീ യസന്ദർഭങ്ങൾ കൂട്ടിച്ചേർക്കുന്നത് സവിശേഷതയുള്ള കാര്യമാണ്. കട മ്പേരിമാഷ് ചരിത്രസന്ദർഭമാണ് കുട്ടികൾക്കായി അവതരിപ്പിച്ചത്. ചരി ത്രമെന്നുപറയുമ്പോൾ പൊതുവെ വിരസമായ വിഷയമാണെന്ന് അഭി പ്രായപ്പെടും, പക്ഷേ മാഷ് വളരെ സൂക്ഷിച്ച് കൈകാര്യം ചെയ്യുന്നു. അതുകൊണ്ടുതന്നെ വിരസത തോന്നാതെ വായിച്ചുപോകാനാവുന്നു. കുട്ടികൾക്കുള്ള രചനയായതു കൊണ്ടാകണം ഇടയ്ക്കിടെ കവിതാശ കലവും മാഷ് ചേർക്കുന്നുണ്ട്.

വല്ല്യോറു വല്ല്യോറു വല്ല്യോറല്ലേ..
അവരെങ്ങാൻ നാട്ടിലെ കണ്ടംകണ്ടോ?
ചെര്യോറു ചെര്യോറു ചെര്യോറല്ലേ
അവരല്ലേ ചേരിൽ പണിചെയ്യുന്നു.

ജന്മിയും കുടിയാനും തമ്മിലുള്ള വ്യത്യാസം വിവരിക്കുന്നതിന് ചേർത്ത കവിതാശകലമാണ്. കൃതിയിലൂടെ തനിക്ക് പറയാനുള്ള കാര്യവും മാഷ് അവതരിപ്പിക്കുന്നുണ്ട്. നമ്മൾ ജനിച്ചുവളർന്ന നാടാണി

ത്. ഈ നാട് നമ്മൾക്കെല്ലാം അവകാശപ്പെട്ടതാണ്. നാടിന്റെ സ്വാതന്ത്ര്യം നമുക്ക് വിലപ്പെട്ടതാണ്. അത് നഷ്ടപ്പെടാതെ കാക്കുവാൻ കുട്ടികൾക്ക് ശേഷിയുണ്ടാവണം. അതിന് പുരാണകഥകൾ മാത്രം വായിച്ചാൽ മതി യാവില്ല.നാടിനു വേണ്ടി പൊരുതിമരിച്ച ധീരരുടെ വീരകഥകളും മനസ്സി ലാക്കണം. പിണറായി വിജയൻ അവതാരികയിൽ പറയുന്നു "ബാല സാഹിത്യരംഗത്തിന് അപരിചിതമായ സമരങ്ങളുടെ ചരിത്രത്തിലെ ശ്രദ്ധേയമായ ഒരു കണ്ണിയാണ് കടമ്പേരിമാഷ് ഇതിവൃത്തമായി സ്വീക രിച്ചത്. കേരളത്തിന് ഇത്തരം എത്രയോ വീറുറ്റകഥകൾ പറയാനുണ്ടാ കും. വടക്കൻ പാട്ടിലുള്ള വീറിനെയും അതിശയിപ്പിക്കുന്ന സംഭവങ്ങ ളാണ് മലബാറിൽ നടന്നിട്ടുള്ളത്. സ്വന്തം ജീവൻപോലും നാടിനും ജന ങ്ങൾക്കും വേണ്ടി ത്യജിക്കാൻ തയ്യാറായ ധീരരക്തസാക്ഷികളുടെ ത്യാഗ നിർഭരമായ ജീവിതകഥകളറിഞ്ഞ് പുതുതലമുറ വളരണം."

8

വഴിവിളക്കുകൾ

കടമ്പേരി മാഷടെ ശ്രദ്ധേയമായ മറ്റൊരു ബാലസാഹിത്യമാണ് വഴിവിളക്കുകൾ. വഴിയിൽ വിളക്കുകൾപോലെ തിളങ്ങിനിന്ന വ്യക്തിക ളെയും സംഭവങ്ങളെയുമാണ് ഈ കൃതിയിൽ വിവരിക്കുന്നത്. എന്തൊരു വിസ്മയം ഈ പ്രപഞ്ചം എന്ന കുറിപ്പോടെയാണ് വിവരണം തുടങ്ങു ന്നത്. നാം താമസിക്കുന്ന ഭൂമി ഒരു ഗോളമാണ്. അത് തിരിഞ്ഞുകൊ ണ്ടിരിക്കുന്നു. ഈ അറിവ് നമ്മുടെ പൂർവ്വികരെ അമ്പരപ്പിക്കുകയായി രുന്നു.

അനന്തമജ്ഞാതമവർണ്ണനീയം
ഈ ലോകഗോളം തിരിയുന്ന മാർഗ്ഗം
അതിങ്കലേതാണ്ടൊരിടത്തിരുന്നു
നോക്കുന്ന മർത്ത്യൻ കഥയെന്തുകണ്ടു.

എന്ന് നാലപ്പാട്ട് നാരായണമേനോൻ എഴുതുന്നു. ഭൂമിയും ചന്ദ്രനും നക്ഷത്രങ്ങളും ചേർന്ന സൗരമണ്ഡലത്തെക്കുറിച്ച് കടമ്പേരി മാഷ് വിവ രിക്കുന്നു. മനുഷ്യൻ ചന്ദ്രനിലിറങ്ങിയ സാഹസികതയും വർണ്ണിക്കുന്നു. അടുത്തറിയുക എന്നത് മനുഷ്യന്റെ അടങ്ങാത്ത ആഗ്രഹമാണ്. മനുഷ്യ പുരോഗതിക്കടിസ്ഥാനവും ഈ അഭിവാഞ്ഛരയാണ്. ഒരുകാലത്ത് ദൈവ മായി ആരാധിച്ചിരുന്ന ഗ്രഹത്തിൽ മനുഷ്യൻ കാല് കുത്തിയെന്ന അത്ഭുതം സംഭവിച്ച നൂറ്റാണ്ടാണിതെന്ന് കടമ്പേരി മാഷ് പറയുന്നു. പ്രപ ഞ്ചത്തെയും ജീവജാലങ്ങളെയും മറ്റും ഓർത്താൽ വിസ്മയമെന്നേ പറ യാവൂ. സ്വാമി വിവേകാനന്ദൻ, ശ്രീ നാരായണഗുരു, രാജാറാം മോഹൻ റോയ്, സ്വാമി ആനന്ദതീർത്ഥൻ, അയ്യങ്കാളി, ഭഗത്സിങ്, പഴശ്ശിരാജ തുട ങ്ങിയ സ്വാതന്ത്ര്യപ്രേമികളും സാമൂഹ്യപരിഷ്കർത്താക്കളുമായ വ്യക്തി ത്വങ്ങളെ ഈ ഗ്രന്ഥത്തിൽ മാഷ് പരിചയപ്പെടുത്തുന്നു.

ഇ കെ നായനാർ, എം വി ഗോവിന്ദൻ മാസ്റ്റർ തുടങ്ങിയവരോടൊപ്പം

അന്ധവിശ്വാസത്തിൽനിന്നും അനാചാരത്തിൽനിന്നും ഇന്ത്യൻ ജനത വിമുക്തമാവാൻ ആഹ്വാനം ചെയ്ത സ്വാമിവിവേകാന്ദന്റെ പ്രസക്തി വർത്തമാനകാലത്ത് വളരെ കൂടുതലാണെന്ന് കടമ്പേരി മാഷ് ചൂണ്ടിക്കാട്ടുന്നു. സന്മാർഗ്ഗികളും ധീരുമായി യുവതലമുറ വളർന്നു വര ണമെന്ന് സ്വാമികൾ നിർദ്ദേശിക്കുകയുണ്ടായി. അയിത്തവും സ്ത്രീപീ ഡനവും അവസാനിപ്പിക്കണമെന്ന് ഉദ്ബോധിപ്പിച്ചു. കടമ്പേരി മാഷ് എഴു തുന്നു. ജാതിയും മതവും പറഞ്ഞ് ഊറ്റം കൊള്ളുന്നതിനെ സ്വാമിവിവേ കാനന്ദൻ തള്ളിക്കളയുന്നു. മതകാര്യം ചെയ്യണമെങ്കിൽ ആദ്യം കർമ്മാ വതാരത്തിൽ പൂജ നടത്തണമെന്ന് സ്വാമികൾ പറഞ്ഞു. വയറാണ് കൂർമ്മം. ആദ്യം കാണേണ്ടത് ഉദരചിന്തയ്ക്കുള്ള പരിഹാരമാണ്. വിശാ ലമായ സാമൂഹ്യബോധമാണ് സ്വാമികൾ ഉയർത്തിപ്പിടിക്കുന്നത്. മനു ഷ്യനാണ് മഹാശക്തനെന്ന് ഉദ്ഘോഷിക്കുന്നു.

ശ്രീനാരായണഗുരു കടമ്പേരി മാഷടെ ജീവിതത്തെ ഏറെ സ്വാധീ നിച്ച മഹാപുരുഷനാണ്. ജാതി ചോദിക്കരുത്, പറയരുത്, ചിന്തിക്കരുത് എന്നുപദേശിച്ച മഹാനാണ് ഗുരുദേവൻ. അദ്ദേഹത്തിന്റെത് മനുഷ്യനെ മനുഷ്യനായിക്കാണാനുള്ള അന്വേഷണമായിരുന്നു. പിന്നോക്കജാതിയിൽ പിറന്നിട്ടും അദ്ദേഹം മാറ്റത്തിന് തീ കൊളുത്തി. നിലനിന്ന സാമൂഹ്യ ദുർനീതികളെ ചെറുപ്പം തൊട്ടേ ചോദ്യം ചെയ്തുകൊണ്ട് വളർന്ന ഗുരു ദേവൻ അന്ധവിശ്വാസത്തെയും അനാചാരത്തെയും ശക്തിയായി എതിർക്കുകയുണ്ടായി. അരുവിപ്പുറത്ത് അദ്ദേഹം ശിവപ്രതിഷ്ഠ നടത്തി. സാമ്പ്രദായികതയെ ചോദ്യം ചെയ്തുകൊണ്ടുള്ള വിപ്ലവപ്രവർത്തനമാ യിരുന്നു അത്. ശ്രീനാരായണഗുരുവിന്റെ ജീവിതം നമ്മുടെ കുട്ടികൾ പഠിക്കുകയും മാതൃകയാക്കുകയും വേണമെന്ന് കടമ്പേരി മാഷ് എഴു തുന്നു.

അയ്യങ്കാളിയെക്കുറിച്ചാണ് മറ്റൊരു കുറിപ്പ്. മാഷ് ഓരോ കുറിപ്പും തുടങ്ങുന്നതുതന്നെ കൗതുകപൂർവ്വമാണ്. അയ്യങ്കാളിയെക്കുറിച്ചുള്ള ലേഖനത്തിന്റെ തലക്കെട്ടുതന്നെ 'അടിക്കടി, തിരിച്ചടി' എന്നാണ്. തിരുവനന്തപുരം വെങ്ങാനൂരിലെ മൈതാനത്ത് കുട്ടികൾ പന്തുകളിക്കുകയായിരുന്നു. ചുറ്റും നിന്ന കാണികൾ പ്രോത്സാഹിപ്പിക്കുന്നു. കളിക്കുന്ന കുട്ടികളിൽ മേൽജാതിക്കാരും കീഴ്ജാതിക്കാരുമുണ്ടായിരുന്നു. കളിക്കിടയിൽ വാക് തർക്കവും തല്ലും തുടങ്ങി. കളിക്കാരും കാണികളും ചേരിതിരിഞ്ഞു. സാധാരണ മേൽജാതിക്കാർ അടിച്ചാൽ കീഴ്ജാതിക്കാർ അത് കൊള്ളുകയായിരുന്നു. എന്നാൽ അയ്യങ്കാളി എന്ന കീഴാളൻ തിരിച്ചടിച്ചു. വളഞ്ഞുനിന്ന് തല്ലിയ മേൽജാതിക്കാരെല്ലാം ഓടി മറഞ്ഞു. അയ്യങ്കാളിയുടെ തന്റേടം കീഴാളജനതയുടെ ആവേശമായിരുന്നു. കറുത്ത വർക്ക് നടക്കാൻ പാടില്ലാത്ത വഴിയിലൂടെ അയ്യങ്കാളി വില്ലുവണ്ടിയിൽ യാത്ര നടത്തി പ്രതിഷേധിക്കുകയും ചെയ്തു.

വഴിവിളക്കുകൾ എന്ന കൃതിയിലെ ഒരു ലേഖനത്തിന്റെ പേര് 'ഇലക്ട്രോണിക് മാധ്യമങ്ങളും ബാല്യകൗമാരപ്രായക്കാരും' എന്നാണ്. വിരൽത്തുമ്പിൽ വിജ്ഞാനം വിടരുന്ന കാലമാണിത്. ഇലക്ട്രോണിക് മാധ്യമങ്ങളുടെ തുടക്കവും ചരിത്രവും മാഷ് പ്രതിപാദിക്കുന്നുണ്ട്. ഇലക്ട്രോണിക് മാധ്യമങ്ങൾ ബാല്യകൗമാരപ്രായക്കാരെ വളരെ വേഗം സ്വാധീനിക്കുന്നുണ്ടെന്ന് മാഷ് വിലയിരുത്തുന്നു. നല്ലൊരു വിദ്യാഭ്യാസ മാധ്യമം തന്നെയാണത്.എന്നാൽ അതിൽ ചതിക്കുഴികൾ ഒളിഞ്ഞിരിപ്പുണ്ട്. കുട്ടികൾ കളിമണ്ണുപോലെയാണ്. സുന്ദര കലാശില്പമായി രൂപപ്പെടുത്തേണ്ടവർ. അതിൽ പാകപ്പിഴകൾ വന്നു പോവരുത്. വായനയും ചിന്തയും ടെലിവിഷൻ നഷ്ടപ്പെടുത്തും. അതുകൊണ്ടുതന്നെ ചിന്താപ്രവർത്തനം നടക്കാത്ത ജീവിതസാന്നിദ്ധ്യമാണ് അതൊരുക്കുന്നത്. മീഡിയകളുടെ അതിപ്രസരം കുട്ടികളുടെ ദിശാബോധത്തെ ഏറെ സ്വാധീനിക്കുന്നു. അതിന്റെ പ്രതിഫലം വീട്ടിനുള്ളിൽ തന്നെ കാണുന്നു. മാതാപിതാക്കളുമായി കലഹത്തിനും അത് വഴിവെക്കുന്നു. പല അപകടങ്ങൾക്കും നിദാനമായതായി റിപ്പോർട്ടുകൾ തെളിയിക്കുന്നു.

കുട്ടികളിലെ ധാർമ്മികതയും നീതിബോധവും നഷ്ടപ്പെടാനിടയാകരുതെന്ന് കടമ്പേരി മാഷ് ആഗ്രഹിക്കുന്നു. കുട്ടികളുടെ ദിശാബോധം തകരാറിലായാൽ ഭാവി ഇരുളിലാകും. ലക്ഷ്യബോധമില്ലാതെ വളരുന്ന തലമുറ നാടിനും വീടിനും ശാപമായിത്തീരും. അങ്ങനെ സംഭവിക്കാതെ സൂക്ഷിക്കേണ്ടത് സമൂഹത്തിന്റെ ബാദ്ധ്യതയാണ്.

9

ഒരു വിടവാങ്ങൽ

ആഗസ്ത് മൂന്നിന്റെ വൈകുന്നേരം. അന്ന് അബുദാബി ശക്തി അവാർഡ് വിതരണം കണ്ണൂരിൽ നടക്കുന്നുണ്ടായിരുന്നു. രാവിലെ വീട്ടിൽ നിന്നിറങ്ങുമ്പോൾ നിശ്ചയിച്ചത് കണ്ണൂരിൽനിന്ന് തിരികെ വരുമ്പോൾ കടമ്പേരി മാഷെ കാണാൻ പോകാമെന്നാണ്. അതുകൊണ്ടുതന്നെ പരി യാരം മെഡിക്കൽ കോളേജിലെ പി ആർ ഒ അഭിലാഷിനെ വിളിച്ച് തല്ക്കാ ലസ്ഥിതി ആരാഞ്ഞു. പേടിക്കാനില്ല, സാഹചര്യവുമായി പൊരുത്തപ്പെ ടുന്നുണ്ട് എന്ന് അഭിലാഷ് അറിയിച്ചു. തെല്ല് സമാധാനമായി.

ബസിലിരുന്ന് കണ്ണൂരേക്ക് ടിക്കറ്റെടുത്തപ്പോഴും സംശയം ഉടലെടു ത്തു. പരിയാരത്തിറങ്ങി കടമ്പേരി മാഷെ കണ്ടശേഷം കണ്ണൂരിലേക്ക് പോയാൽ പോരെ? ഭയപ്പെടാനൊന്നുമില്ലെന്ന തോന്നലോടെ കണ്ണൂരി ലേക്ക് പോവുകയായിരുന്നു.

കണ്ണൂരിൽ ബാലസംഘം രക്ഷാധികാരി കൺവീനർ അഴിക്കോടൻ ചന്ദ്രനുണ്ടായിരുന്നു. കടമ്പേരി മാഷെ കാണാൻ പോകുന്ന കാര്യം ഞങ്ങൾ സംസാരിച്ചു. പരിപാടി തുടങ്ങിയ ഉടൻ പോകാമെന്ന് നിശ്ച യിച്ചു.

പരിപാടി തുടങ്ങാൻ അല്പം വൈകി. ചന്ദ്രൻ പരിയാരത്തേക്ക് പോകാനൊരുങ്ങി. അല്പം കഴിഞ്ഞ് വരാമെന്ന് ഞാൻ പറഞ്ഞു. ചന്ദ്രൻ പോയതിനുശേഷം എനിക്കിരിപ്പുറച്ചില്ല.

ഞാനും പുറത്തിറങ്ങി ബസിൽ കയറി. ഇതിനിടയിൽ പലതവണ ചന്ദ്രനെ വിളിച്ചു. ഞാൻ തളിപ്പറമ്പിലെത്തിയിരിക്കണം. ചന്ദ്രന്റെ കോൾ വന്നു. "എന്താ ചന്ദ്രാ എന്ന് ചോദിച്ചുതീരുന്നതിനുമുമ്പേ അദ്ദേഹം പറ ഞ്ഞു.. മാഷ് പോയി, നടുക്കത്തോടെ ഞാൻ വീണ്ടും തിരക്കി. എന്ത്.... എന്താ..? ചന്ദ്രന് വീണ്ടും അത് പറയാൻ വിഷമം തോന്നി. എങ്കിലും ആ സങ്കടാവസ്ഥ അദ്ദേഹം പങ്കുവച്ചു.

ബസിന്റെ സൈഡ് സീറ്റിൽ മരവിച്ചിരിക്കയായിരുന്നു. ഫോണെ ടുത്ത് തലേദിവസത്തെ കോൾ പരിശോധിച്ചു. രാത്രി പത്തുമണിക്ക് അഭി ലാഷിന്റെ കോൾ വന്നിരുന്നു. കടമ്പേരി മാഷെ, വെന്റിലേറ്ററിൽ പ്രവേ ശിപ്പിച്ചു..അതുൾക്കൊള്ളാനാകാതെ ഞാനിരുന്നുപോയി. പിന്നെ ഉറക്കം വന്നില്ല.

തലേദിവസം നാലുമണി കഴിഞ്ഞപ്പോഴാണ് കടമ്പേരി മാഷെ അവ സാനമായി വിളിച്ചത്. എന്തുണ്ട് വിശേഷം എന്നാരാഞ്ഞു. 'നല്ലത്, സുഖം തോന്നുന്നു..' എന്ന് പറഞ്ഞു. ഉച്ചയ്ക്ക് അല്പം കഞ്ഞികുടിച്ച കാര്യം പറഞ്ഞു. വൈകുന്നേരം ചായയും കുടിച്ചിരുന്നു. ഇന്ന് പരിപാടിയൊന്നു മില്ലേ എന്നായി അടുത്ത അന്വേഷണം. മൂന്നു മിനിറ്റോളം ഞങ്ങൾ ഫോണിൽ സംസാരിച്ചു. പാരവശ്യത്തിന്റെ ലക്ഷണമൊന്നും സംസാര ത്തിലില്ലായിരുന്നു. എന്നാൽ അഞ്ചുമണി കഴിഞ്ഞതോടെ പെട്ടെന്ന് രംഗം വഷളാവുകയായിരുന്നു. എഴുന്നേല്ക്കുന്നതിനിടയിൽ കുഴഞ്ഞുവീഴുക യായിരുന്നു.

ജൂലൈ 24 ന് രാത്രിയിലാണ് മാഷെ പരിയാരത്ത് അഡ്മിറ്റ് ചെയ്തത്. പല അസുഖങ്ങളും അദ്ദേഹത്തെ അലട്ടിക്കൊണ്ടിരുന്നു. വ ലതുകാലിൽ മുട്ടിനു താഴത്തായി ചൊറിഞ്ഞുതടിക്കുന്ന രോഗമാണ് ഏറെ ബുദ്ധിമുട്ടിച്ചത്. മാഷ് നിരന്തരം ചികിത്സ നടത്തിയിരുന്നു. ആയുർവ്വേദ ചികിത്സയാണ് കൂടുതലും നടത്തിയത്. കഷായവും ഗുളികയും ഇട യ്ക്കിടെ കഴിച്ചു. കുറേ ദിവസമായി കാലിന് കലശലായ വേദനയുണ്ടാ യിരുന്നു. യൂറിൻ തെറാപ്പി പരീക്ഷിച്ചു നോക്കാൻ ഞാൻ നിർദ്ദേശിച്ചിരു ന്നു.

മാഷ് അതേപ്പറ്റി മനസ്സിലാക്കാൻ ശ്രമിച്ചിരുന്നെങ്കിലും പരീക്ഷിച്ചു നോക്കിയിരുന്നില്ല. ഏതെങ്കിലും ആശുപത്രിയിൽ പോയി വിദഗ്ദ്ധ ചികിത്സ നടത്തണമെന്ന് ഞങ്ങളെല്ലാം നിർദ്ദേശിച്ചിരുന്നു.

ഒടുവിലാണ് കോഴിക്കോട് മിംസ് ആസ്പത്രിയിലെത്തിയത്. അവിടെ വിശദപരിശോധന നടത്തി. ഡോക്ടർ നിർദ്ദേശിച്ച ഗുളിക കഴിച്ചു തുട ങ്ങിയതാണ്.

എന്നാൽ ജൂലായ് ഇരുപത്തിനാലിന് രാത്രിയിൽ പെട്ടെന്ന് രക്തം ഛർദ്ദിച്ചു. ഹാർട്ടിലേക്കുള്ള ഏതോ ഞരമ്പ് പൊട്ടിയതാണ് കാരണമാ യത്. പരിയാരം മെഡിക്കൽകോളേജിലെ പ്രഭാകരൻ ഡോക്ടർ കടമ്പേ രിയിൽ താമസിക്കുന്നുണ്ടായിരുന്നു. മാഷ്ടെ അടുത്ത സുഹൃത്തായ അദ്ദേഹവുമായി രോഗകാര്യം ചർച്ച ചെയ്തുകൊണ്ടിരുന്നു. രക്തം ഛർദ്ദി ച്ചപ്പോഴും പ്രഭാകരൻ ഡോക്ടറുമായി ബന്ധപ്പെട്ടു. ഉടൻ പരിയാരം മെഡി ക്കൽ കോളേജിൽ അഡ്മിറ്റ് ചെയ്യുകയായിരുന്നു.

വിവരമറിഞ്ഞ് അടുത്ത ദിവസം തന്നെ ആസ്പത്രിയിലെത്തി. ഐ സി യുവായതുകൊണ്ടുതന്നെ കൂടുതൽ സമയം അവിടെ നിന്നില്ല. വെളി യിൽ മക്കളായ ജയദേവനും രാജേഷും ബന്ധുക്കളുമുണ്ടായിരുന്നു. ഇപ്പോൾ സുഖമുണ്ടെന്നും പരിഭ്രമിക്കാനില്ലെന്നും മക്കളറിയിച്ചു. രണ്ടു

ദിവസം കഴിഞ്ഞ് മാഷെ വാർഡിലേക്ക് മാറ്റി. ആഹാരം കഴിച്ചു തുടങ്ങി. വാർഡിലേക്ക് മാറ്റിയ ദിവസം ഞാൻ കാണാൻ ചെന്നു. മാഷ് പൂർണ്ണ മായും സുഖപ്പെട്ടിരുന്നു. ചിരിച്ചുകൊണ്ടാണദ്ദേഹം സംസാരിച്ചത്. ഭാര്യയും പേരമക്കളും എല്ലാം അടുത്തുണ്ടായിരുന്നു. ആശ്വാസത്തോ ടെയാണ് ഞാൻ തിരികെ വന്നത്.

ഒടുവിൽ മാഷെ കണ്ടത് ജൂലൈ 29നാണ്. മാഷ് തീർത്തും സുഖ പ്പെട്ടിരുന്നു. രണ്ടുദിവസം കഴിഞ്ഞാൽ ഡിസ്ചാർജ് ചെയ്യുമെന്ന് മക്കൾ പറഞ്ഞു. മാഷടെ സമീപം വളരെസമയം ചെലവഴിച്ചു.

തലേദിവസം രാത്രി വേണ്ടത്ര ഉറക്കം കിട്ടിയില്ലെന്നു മാഷ് പറഞ്ഞു. അതിനു കാരണമായത് ഒരു സ്വപ്നമാണ്. കിടന്നിടത്തുനിന്ന് കടമ്പേരി മാഷ് ആ സ്വപ്നം വിവരിച്ചു...

പൂക്കൾ കൊണ്ടലങ്കരിച്ച മനോഹരമായ ഒരു വേദി. പലതരം പൂക്ക ളുണ്ട്. മുല്ലയും താമരയും ധാരാളം. പൂക്കൾ കൊണ്ടലങ്കരിച്ച വേദിയി ലേക്ക് മാഷെ സ്വീകരിച്ചാനയിക്കുന്നു. നാടിന്റെ നാനാഭാഗത്തുനിന്നും ഉള്ളവർ പങ്കെടുത്തു. മാഷും അടുത്തുതന്നെയുണ്ടായിരുന്നു. എഴുത്തു കാരും കലാകാരന്മാരുമുണ്ട്. വേദിയിലെത്തിയശേഷം സ്വീകരണപരിപാടി തുടങ്ങി. പ്രസംഗത്തിനിടയിൽ അക്കിത്തത്തിന്റെ കവിത ആരോ ചൊല്ലി. ആ കവിതാ ശകലം കടമ്പേരിമാഷ് കിടന്നിടത്തുനിന്ന് പാടി...

"ഒരു കണ്ണീർക്കണം മറ്റു–
ള്ളവർക്കായ് ഞാൻ പൊഴിക്കവെ
ഉദിക്കയാണെന്നാത്മാവി–
ലായിരം സൗരമണ്ഡലം."

കവിത പാടുമ്പോൾ മാഷ് കണ്ണടച്ചുപിടിച്ചിരുന്നു. ഞാൻ കേട്ടിരിക്ക യായിരുന്നു. മാഷടെ കൈയിൽ പിടിച്ച് ഞാൻ വിളിച്ചു. സ്വപ്നത്തിൽ നിന്നും ഉണർന്നതുപോലെ അദ്ദേഹം കണ്ണുതുറന്നു. ഈ സ്വപ്നം പല തവണ കണ്ടത്രെ.

അച്ഛൻ തീരെ ഉറങ്ങിയില്ലെന്ന് മകൻ രാജേഷും സൂചിപ്പിച്ചു. എന്തു കൊണ്ട് ഇങ്ങനെയൊരു സ്വപ്നം എന്നാലോചിച്ചു. സ്വപ്നത്തിൽ എന്തി രിക്കുന്നു എന്ന് സമാധാനിച്ചു.

ഞാൻ യാത്ര പറഞ്ഞിറങ്ങി. അടുത്ത ദിവസം ഡിസ്ചാർജ് ചെയ്യു മെന്ന് പറഞ്ഞതായിരുന്നല്ലോ. അതിനിടയിൽ ഡോക്ടർമാർ പരിശോ ധിച്ച് രണ്ടുദിവസം കൂടി കഴിയട്ടെ എന്ന് നിർദ്ദേശിക്കുകയായിരുന്നു.

പക്ഷേ, സ്വപ്നത്തിലെ അനുഭവം യാഥാർത്ഥ്യമാക്കിക്കൊണ്ട് കടമ്പേരിമാഷ് കടന്നുപോയി.

വരാനിരിക്കുന്ന അവസ്ഥ മുൻകൂട്ടി കാണാൻ മാഷക്ക് കഴിഞ്ഞി രുന്നോ എന്ന് നിശ്ചയമല്ല. പക്ഷേ, ബക്കളം എ കെ ജി മന്ദിരത്തിൽ നിന്നും മാഷെ ആനയിച്ചത് പുഷ്പാലങ്കൃതമായ വാഹനത്തിലാണ്. വാർത്തയറിഞ്ഞ് ജനം ബക്കളത്തേക്കൊഴുകിയെത്തുകയായിരുന്നു. ജന ഹൃദയങ്ങളിൽ കടമ്പേരി മാഷക്ക് എത്രമാത്രം ഇടമുണ്ടെന്ന് തെളിയി

ക്കുന്നതായിരുന്നു ആ അന്ത്യയാത്ര.

തിരുവനന്തപുരം മുതൽ കാസർഗോഡുവരെയുള്ള ബാലസംഘം പ്രവർത്തകരെല്ലാം വന്നെത്തി. സദാ ചുറുചുറുക്കോടെ ഇടപെടാറുള്ള കടമ്പേരി മാഷ് ഇനി ഇല്ലെന്ന് വിശ്വസിക്കാൻ പലർക്കും സാധിച്ചില്ല. രോഗം വന്ന് ഏറെയൊന്നും കിടന്നില്ലല്ലോ. ആശുപത്രിയിൽ കിടക്കു മ്പോഴും മറ്റുള്ളവരെ അറിയിക്കാൻ പാകത്തിൽ ഒന്നുമുണ്ടായിരുന്നുമി ല്ലല്ലോ. അതുകൊണ്ട് തന്നെ ദൂരത്തുള്ളവരോട് വിവരം പറഞ്ഞിരുന്നില്ല.

എന്നാൽ മരണത്തിനുമുമ്പ് മാഷെ കാണാനായില്ലല്ലോ എന്ന് പലരും പരിതപിച്ചു. അക്കിത്തത്തിന്റെ വരികൾ തന്നെ പലരും ഉരുവിട്ടു.

"അറിഞ്ഞീലിത്രനാളും ഞാ–
നിദ്ദിവ്യ പുളകോൽഗമം..
ആ മഹാനഷ്ടമോർത്തോർത്ത്
കുലുങ്ങിക്കരയുന്നു ഞാൻ.."

തിരുവനന്തപുരത്ത് പോയാൽ ഞങ്ങൾ ഒന്നിച്ചാണ് അദ്ധ്യാപകഭ വനിൽ താമസിക്കുക. ഒന്നാം നിലയിൽ യൂറോപ്യൻ ക്ലോസറ്റുള്ള മുറി തന്നെ മാഷക്ക് നല്കുവാൻ അദ്ധ്യാപകഭവനിലെ വേണുവും തോമസും തയ്യാറാകും. കാലിന് അസുഖമുണ്ടെന്ന കാര്യം അവർക്കറിയാം. കുളി ച്ചൊരുങ്ങാൻ മാഷക്ക് വളരെ സമയം വേണം. അതിനിടയിൽ വീട്ടിലേക്ക് ഫോൺ ചെയ്യും. നാട്ടിലെ പൊതുപ്രവർത്തനങ്ങളുമായി ബന്ധപ്പെട്ടും ചിലർ വിളിക്കും.

കുളിച്ചുകഴിഞ്ഞാൽ പ്രാതൽ ഞങ്ങളൊന്നിച്ചാണ് കഴിക്കുക. സെക്ര ട്ടറിയേറ്റിനുമുന്നിലുള്ള ആനന്ദഭവനിൽ നിന്നുതന്നെ പ്രാതൽ കഴിക്കണ മെന്ന് മാഷക്ക് നിർബ്ബന്ധമാണ്. അവിടെ നല്ല ഇഡ്ഡലി കിട്ടും. ഇഷ്ടപ്പെട്ട ഭക്ഷണം കഴിക്കണമെന്നത് മാഷടെ പ്രത്യേകതയാണ്. മറ്റൊരു കാര്യം പൈസ കൊടുക്കുന്നതിലാണ്. മാഷടെ കൂടെ ഭക്ഷണം കഴിച്ചാൽ മറ്റാരും ബില്ല് കൊടുക്കരുത്. തന്റെ പ്രതാപം കാട്ടാനല്ല ഇങ്ങനെ ചെയ്യു ന്നത്. അതൊരുതരം സ്നേഹം പങ്കിടലാണ്. രാത്രിയിൽ കഞ്ഞികിട്ടി യാൽ ഉത്തമം തന്നെ.

എന്തുകൊണ്ടെന്നറിയില്ല മാഷെ സംബന്ധിച്ചിടത്തോളം ഞാനൊരു സഹോദരനായിരുന്നു. ഇടയ്ക്കിടെ ഞങ്ങൾ തമ്മിൽ ഫോണിൽ സംസാ രിക്കും. മാഷടെ വീട്ടിലോ ബന്ധുവീട്ടിലോ എന്ത് വിശേഷമുണ്ടെങ്കിലും എന്നെ വിളിക്കും.

ഇ കെ നായനാരുടെ കഴിഞ്ഞ ചരമദിനത്തിന് ഞങ്ങൾ കല്യാശ്ശേ രിയിലെ വീട്ടിൽ ചെന്നിരുന്നു. കടമ്പേരി മാഷെ ക്ഷണിച്ച് കൂട്ടിവരാനുള്ള ചുമതല ശാരദടീച്ചർ എന്നെ ഏല്പിക്കുകയായിരുന്നു. ബാലസംഘ ത്തിന്റെ ആദ്യ നേതാവായിരുന്നല്ലോ നായനാർ. ഞാനെഴുതിയ *കുട്ടിക ളുടെ നായനാർ* എന്ന പുസ്തകം കടമ്പേരിമാഷ് മുൻകൈയെടുത്ത് പ്രകാശനകർമ്മം ചെയ്യിപ്പിച്ചതും നായനാരുടെ വീട്ടിൽ വച്ചാണ്.

നായനാരുമായി കടമ്പേരിമാഷക്ക് അടുത്ത ബന്ധമുണ്ടായിരുന്നു.

ബാലസംഘം നേതാവായ നായനാരുടെ അനുഭവങ്ങൾ കുട്ടികൾക്ക് പകർന്നുകൊടുക്കുന്നതിൽ മാഷ് പ്രത്യേകം ശ്രദ്ധിച്ചിരുന്നു. കാര്യഗൗര വത്തോടെ കുട്ടികളെ സമീപിക്കണമെന്ന് നായനാർ ഓർമ്മിപ്പിക്കുകയാ യിരുന്നു. കാര്യഗൗരവത്തോടെ കുട്ടികളെ സമീപിക്കണമെന്ന് നായനാർ ഓർമ്മിപ്പിക്കുകയായിരുന്നു. ഇന്നലത്തെ കുട്ടികളുടെ സ്ഥിതിയല്ല ഇന്നത്തെ കുട്ടികളുടേത്. അനാവശ്യകാര്യങ്ങൾ കൂടുതൽ കൂടുതൽ അറി യാൻ ഇടവരേണ്ടി വരുന്നവരാണ് കുട്ടികളെന്നും നായനാർ ഓർമ്മിപ്പിച്ച കാര്യ കടമ്പേരി മാഷ് അയവിറക്കും. പുസ്തകത്തിന്റെ മഹത്വം തിരിച്ച റിയാനാവാത്ത വിധം ടി.വി. അവരെ കീഴടക്കുകയാണ്.പഠനവും ഭക്ഷ ണവും കിടപ്പും എല്ലാം ടി.വി.യുടെ മുന്നിൽ തന്നെയാകുന്നു.

ഓർമകൾ ഒന്നിനുപിറകെ ഒന്നായി തള്ളി വരുന്നു. ശരീരത്തിന്റെ ആരോഗ്യം പോലെതന്നെ മനസ്സിന്റെ ആരോഗ്യവും പ്രധാനമാണെന്ന് മാഷ് പറയും.

മാഷെ അടുത്തറിഞ്ഞവരിലെല്ലാം അദ്ദേഹത്തിന്റെ വ്യക്തിമുദ്ര പതി ഞ്ഞിട്ടുണ്ടാകും. മനം കുളിർപ്പിക്കും വിധം സൗമ്യമായിട്ടാണല്ലോ അദ്ദേഹം പെരുമാറിയിരുന്നത്. വളരെ മൃദുലമായ അദ്ദേഹം സംസാരി ച്ചിരുന്നുള്ളൂ. എന്നോട് സംസാരിക്കുന്നത് ആദരവ് കലർന്ന രീതിയിലാ കും. കടമ്പേരി ചിറയുടെ അരികിലൂടെ ഞങ്ങൾ വീട്ടിലേക്ക് നടക്കുമാ യിരുന്നു. ചിറയിലെ വെള്ളത്തിൽ മത്സ്യങ്ങൾ നീന്തിക്കളിക്കുന്നത് അദ്ദേഹം നോക്കിനില്ക്കും. വീട്ടിലെത്തിയാൽ അതിഥികളെ സൽക്കരി ക്കുന്നതിൽ അദ്ദേഹം അതീവ ശ്രദ്ധാലുവാകും. മാമ്പഴക്കാലത്ത് മാഷടെ വീട്ടിലെത്തിയാൽ മാമ്പഴം തിന്നാതെ വിടില്ല. ഉണ്ണുന്നതിൽ പാതി മറ്റു ള്ളവർക്ക് പങ്കിടുക എന്ന ചിന്ത എന്നും അദ്ദേഹത്തിനുണ്ടായിരുന്നു. ഉച്ച സമയത്താണ് വീട്ടിലെത്തിയതെങ്കിൽ ഊണ് കഴിപ്പിക്കാതെ വിടി ല്ല. ഭാര്യയുടെ കൈപുണ്യം മറ്റുള്ളവരെ അറിയിക്കാൻ അദ്ദേഹത്തിനി ഷ്ടമായിരുന്നു.

ബക്കളത്തെ ഇടതുപക്ഷരാഷ്ട്രീയബോധത്തിൽ നിന്നും ചൈതന്യം വലിച്ചെടുത്താണദ്ദേഹം വളർന്നത്. സാമൂഹ്യജീവിതത്തിൽ മാഷ് നിരന്തരം ഇടപെടുമായിരുന്നു. തളിപ്പറമ്പ് നഗരസഭാ കൗൺസിലറായിരുന്നപ്പോൾ മാഷക്ക് വിശ്രമമില്ലാതെ പ്രവർത്തിക്കേണ്ടി വന്നിരുന്നു. ഓരോ ആവ ശ്യത്തിനും ആളുകൾ മാഷെ അന്വേഷിച്ചാണ് വരിക. മാഷ് വിചാരിച്ചാൽ കാര്യങ്ങൾ സഫലമാകുമെന്ന ബോധം ജനങ്ങൾക്കുണ്ടായിരുന്നു. വീട്ടു കാരുടെ വിശേഷങ്ങൾ അന്വേഷിച്ചുകൊണ്ടാണ് അദ്ദേഹം കടന്നുചെല്ലു ക. സർഗ്ഗാത്മകമായ ഒരിടപെടൽ മാഷടെ എല്ലാകാര്യങ്ങളിലുമുണ്ടായി രുന്നു. വടക്കൻ കേരളത്തിന്റെ രാഷ്ട്രീയബോധവും സാംസ്കാരിക ചിന്ത യുമാണ് മാഷെ ജനപ്രിയനാക്കിത്തീർത്തത്. ജനങ്ങളുടെ ജീവിതമാണ് പൊതുപ്രവർത്തകരുടെ പാഠമെന്നദ്ദേഹം സൂചിപ്പിക്കും.നാട്ടലെ ജനങ്ങ ളുമായെല്ലാം വ്യക്തിപരമായ ബന്ധം അദ്ദേഹം കാത്തുസൂക്ഷിച്ചിരുന്നു. ബക്കളത്തിന്റെ ഹൃദയഭാവങ്ങൾ ഒപ്പിയെടുത്ത അധ്യാപകൻ എന്ന നില

യിൽ കടമ്പേരി മാഷ് ജനകീയനും ജനപ്രിയനുമായിരുന്നു.

കടമ്പേരി മാഷുടെ വസ്ത്രധാരണരീതിക്കുമുണ്ട് സവിശേഷത. തൂവെള്ള ഷർട്ടും മുണ്ടുമാണദ്ദേഹം ധരിക്കുക. തലമുടി നേരിയ തോതിൽ കറുപ്പിക്കും. നിത്യേന വസ്ത്രം മാറണമെന്ന ശീലക്കാരനുമാണ്. അധ്യാ പകർക്കു വെള്ളവസ്ത്രമാണ് ചേരുന്നതെന്നദ്ദേഹം പറയും. വസ്ത്രം ധരിക്കാൻ സമരം ചെയ്യേണ്ടിവന്ന നാടാണ് നമ്മുടേതെന്ന് പുതുതലമു റയെ അദ്ദേഹം ഓർമ്മിപ്പിക്കും. ജന്മിമാരുടെ മുന്നിൽ ഒരു തോർത്തുമാ ത്രമുടുത്ത് കുനിഞ്ഞുനില്ക്കേണ്ടി വന്ന കുടിയാൻമാരുടെ കഥകളും അദ്ദേഹം പറയും. കൈയിലെപ്പോഴും ബാഗ് കൊണ്ടുനടക്കുന്ന ശീലവും മാഷക്കുണ്ട്. നീണ്ടുനിവർന്നേ അദ്ദേഹം നടക്കു. അതും പതുക്കെ വഴി യിൽ കണ്ടവരോടൊക്കെ ലോഹ്യം പറയണം. കൂടെ നടക്കുമ്പോൾ പല പ്പോഴും എനിക്ക് വിഷമം തോന്നിയിട്ടുണ്ട്. അത്യാവശ്യമായുള്ള യാത്ര യായാലും ശരി വഴിയിൽ കണ്ടുമുട്ടുന്നവരോട് സംസാരിക്കാതെ പോകാൻ അദ്ദേഹത്തിനാവില്ല.

സ്വന്തം കുടുംബത്തിലെ പല പ്രശ്നങ്ങളും അദ്ദേഹത്തെ അലട്ടി ക്കൊണ്ടിരുന്നു. മക്കളും മരുമക്കളും പേരക്കുട്ടികളുമടങ്ങുന്ന വലിയ കുടുംബമാണദ്ദേഹത്തിന്റേത്. ഓരോ കാര്യത്തിനും അദ്ദേഹം തന്നെ മുന്നിട്ടിറങ്ങണം. മക്കളുടെ വീടുകളിൽ മാറിമാറി താമസിക്കണം. കുട്ടി കൾക്ക് മുത്തച്ഛന്റെ സാന്നിധ്യം ആശ്വാസകരമായിരുന്നു. വിഷമങ്ങൾ നേരിടുമ്പോൾ മാഷ് എനിക്ക് ഫോൺ ചെയ്യും. ദീർഘനേരം സംസാരി ക്കും. ചില പ്രശ്നങ്ങൾ പരിഹരിക്കാനാവാത്തതരത്തിലേക്ക് പെരുകു ന്നതിൽ മാഷ് അസ്വസ്ഥത പൂണ്ടിരുന്നു. എന്നെക്കൊണ്ടാവുന്നതരത്തിൽ പരിഹരിക്കാൻ ശ്രമിച്ചു. മനസ്സ് കലങ്ങി മറിയുമ്പോഴും അതൊന്നും പുറത്ത് കാട്ടാതെ അദ്ദേഹം പെരുമാറും. വാക്കാലോ പ്രവൃത്തിയിലോ ഒന്നും അത് കാട്ടാറില്ല. വിനീതനായിത്തന്നെ അദ്ദേഹം നടന്നുനീങ്ങും. കാല് തളർന്നാലും വിശ്രമിക്കാത്ത മനുഷ്യനായിരുന്നു കടമ്പേരി മാഷെന്ന് എം.വി.ഗോവിന്ദൻ മാഷ് അനുസ്മരിച്ചത് ഓർത്തുപോവുന്നു.

സംസ്ഥാനബാലസാഹിത്യഇൻസ്റ്റിറ്റ്യൂട്ടിന്റെ ഭരണസമിതി അംഗമായി മാഷ് പ്രവർത്തിച്ചിരുന്നു. അന്ന് പ്രൊഫ.സി.ജി.ശാന്തകുമാറായിരുന്നു ഡയരക്ടർ. വിദ്യാലയവും ബാലസാഹിത്യ ഇൻസ്റ്റിറ്റ്യൂട്ടും കൈകോർത്ത് നീങ്ങിയ കാലമാണത്. വിദ്യാലയങ്ങളിൽ വിദ്യാരംഗം കലാസാഹിത്യ വേദി രൂപം കൊണ്ട സന്ദർഭവുമാണത്. ഞാനതിന്റെ ജില്ലാകൺവീനറാ യിരുന്നു. വിദ്യാരംഗം നടത്തുന്ന പരിപാടികൾക്കെല്ലാം കടമ്പേരിമാഷെ ക്ഷണിക്കുമായിരുന്നു. കുട്ടികളുടെ ചിന്തയിലും അനുഭവത്തിലും വരാ വുന്ന മാറ്റങ്ങൾ ഉൾക്കൊണ്ടുകൊണ്ട് ബാലസാഹിത്യം രൂപപ്പെടുത്ത ണമെന്ന് മാഷ് നിർദ്ദേശിക്കും. ദൃശ്യമാധ്യമങ്ങളുടെ അടിമകളായി മാറുന്ന കുട്ടികളിൽ സദ് വാസനകൾ ഉല്പാദിപ്പിക്കാൻ പുസ്തകങ്ങൾക്ക് കഴി യും. പുസ്തകങ്ങളുടെ മാഹാത്മ്യം മനസ്സിലാക്കാതെ ടെലിവിഷന്റെ അടി മയായി കുട്ടികൾ മാററുതെന്നും അദ്ദേഹം ചൂണ്ടിക്കാട്ടും. വിജ്ഞാന

ത്തോടും വിനോദത്തോടും ഒപ്പം ജീവിതബോധം കൈവരിക്കാൻ വായന സഹായിക്കും. മനസ്സിന് ഏറ്റവും ഉൻമേഷം പകരുന്നത് വായനയയാണ്.

ഒരു ജീവിതം കൊണ്ട് നിർവ്വഹിക്കാവുന്നതെല്ലാം ചെയ്തുതീർത്തു എന്ന കൃതാർത്ഥത മാഷക്കുണ്ടാകണമെന്നില്ല. തന്നാൽ കഴിയുന്നത് ചെയ്തു തീർത്തെന്നേയുള്ളൂ.

പരിയാരം മെഡിക്കൽ കോളേജിൽ ഐസിയുവിനു മുന്നിൽ ഞങ്ങൾ തളർന്നുനില്ക്കുന്നു. ആളുകൾ ബന്ധപ്പെട്ട് വന്നുകൊണ്ടിരിക്കുന്നു. ശബ്ദമൂകമായ അന്തരീക്ഷം. ആർക്കും വിശ്വസിക്കാൻ കഴിയുന്നില്ല. ചെറുചെറു അസുഖങ്ങളുണ്ടെന്നതല്ലാതെ ഇത്ര സ്നിഗ്ധതയിലേക്ക് എത്തിക്കാൻ പാകത്തിൽ ഗുരുതരമായ അവസ്ഥ പെട്ടെന്ന് വന്നുപോയ തെങ്ങനെ? ആർക്കും ഉത്തരമില്ലായിരുന്നു. സമയം നീങ്ങിക്കൊണ്ടിരു ന്നു. ഞങ്ങൾ പരസ്പരം നോക്കിനില്ക്കുന്നു. കടമ്പേരിമാഷടെ ദേഹം വെള്ള പുതപ്പിച്ച് പുറത്തേക്ക് കൊണ്ടുവരുന്നത് നെടുവീർപ്പോടെ നോക്കി നില്ക്കാനേ കഴിഞ്ഞുള്ളൂ.

10
നുള്ളിവിടർത്തരുത്

മക്കളേ സടകുടഞ്ഞെണീക്കുക
നീറിപ്പുകയും മാതാവിന്റെ വേദനയകറ്റുക
നിങ്ങളിലാണിന്നിന്റെ പ്രതീക്ഷകൾ
നിങ്ങളാണല്ലോ...,യെന്റെ
ഭാവിയും ചൈതന്യവും.

കടമ്പേരി മാഷ് പാടുന്നു. വിദ്യയുടെ വെളിച്ചത്തിൽ കുട്ടികൾ സട കുടഞ്ഞെണീക്കണം. പലതരം സങ്കടങ്ങളിൽ ഭാരതമാകുന്ന മാതാവ് നീറുകയാണ്. ആ അമ്മയുടെ വേദന നീക്കാനുള്ള ചൈതന്യം കുട്ടിക ളിലുണ്ട്. കുട്ടികൾ സ്വതന്ത്രമായി വളരണം. അവരെ കൂട്ടിലിട്ട് വളർത്തു ന്നത് ശരിയല്ല. മാതാപിതാക്കളുടെ കണ്ണില്ലാത്ത മോഹങ്ങൾ ഇളംകുരു ന്നുകളെ നശിപ്പിക്കാനിടയാകുന്നു.

കുട്ടികൾ മലർമൊട്ടുകൾ പോലെയാണ്. സ്വാഭാവികമായി വിടരേ ണ്ടവർ. മൊട്ടുകളെ നുള്ളിവിടർത്തിയാൽ അത് കൊഴിഞ്ഞുപോകും. കുഞ്ഞുങ്ങളെയും അതേപോലെ നിർബ്ബന്ധിച്ച് പഠിപ്പിക്കരുത്.

ഓരോ ദിവസം അച്ഛനമ്മമാർ മക്കളെ ഓട്ടോറിക്ഷകളിൽ കയറ്റി അയക്കുന്നത് കൗതുകമുണ്ടാക്കുന്ന സംഭവമാണ്. ഉറങ്ങുന്ന കുട്ടികളെ പിടിച്ചെഴുന്നേല്പിക്കും. പൊന്നേ, മുത്തേ എന്നുവിളിച്ച് പല്ല് തേപ്പിക്കു കയും കുളിപ്പിക്കുകയും ചെയ്യും. മമ്മിയെയും ഡാഡിയെയും വിഷമിപ്പി ക്കല്ലേ എന്ന് പലതവണ പറയും. മക്കൾ ഇംഗ്ലീഷ് പഠിക്കുകയും ഇംഗ്ലീ ഷിൽ സംസാരിക്കുകയും വേണം. അതിനുവേണ്ടിയാണ് ഈ തന്ത്രപ്പാട്. മാതാപിതാക്കൾ ആഗ്രഹം വച്ചുപുലർത്തുന്നതിൽ കുറ്റപ്പെടുത്താനാവില്ല. പക്ഷേ, അതിര് കടന്നാൽ ആപത്താകില്ലേ എന്ന് രക്ഷിതാക്കൾ ചിന്തി ക്കണം. ഒരുതരത്തിലുള്ള യാന്ത്രികപ്രവർത്തനവും കുട്ടിക്ക് താങ്ങാനാ വില്ല. മാതാപിതാക്കൾ സംസാരിക്കാത്ത ഭാഷ കുഞ്ഞുങ്ങളെ പഠിപ്പി ക്കണോ എന്ന് ചിന്തിക്കണമെന്ന് കടമ്പേരി മാഷ് പറയുന്നു. തുമ്പിയെ

ബാലസംഘം കൂട്ടുകാരോടൊപ്പം

കൊണ്ട് കല്ലെടുപ്പിക്കുന്നതിന് തുല്യമാണിത്.

അനന്ത ശൂന്യാകാശത്തിൽ
ഞാനലഞ്ഞു നടക്കവേ..
സുഖിയൻപോലെ കാണായി
ഭൂഗോള മതി ദുരെയായ്..

എന്ന് കവയിത്രി ബാലാമണിയമ്മ എഴുതിയതുപോലെയാണ് കുട്ടി
കളെ ചിന്തിപ്പിക്കുന്നത്. ഭൂഗോളത്തെ ഒരു പലഹാരമായി കരുതുന്നത്
കുട്ടിത്തമാണ്. ആ കൗതുകവും ചിന്തയും ആഹ്ലാദവും നഷ്ടപ്പെടാതെ
കാക്കുവാനുള്ള ബാദ്ധ്യത സമൂഹത്തിനുണ്ടെന്ന് മാഷ് ഓർമ്മിപ്പിക്കുന്നു.

കുട്ടികളെ മനുഷ്യരാക്കി മാറ്റുന്ന സിദ്ധാന്തങ്ങളും വിദ്യാഭ്യാസരീ
തികളുമാണ് നമുക്കുണ്ടാകേണ്ടതെന്നും മാഷ് നിർദ്ദേശിക്കുന്നു. അന്ധ
മായ പലതരം വിശ്വാസങ്ങൾ സമൂഹത്തിൽ വളർന്നു കിടക്കുന്ന കാല
മാണിത്. കുട്ടികളെ ഈ വിശ്വാസങ്ങൾ എളുപ്പത്തിൽ സ്വാധീനിക്കും.
ഇതിനെതിരെ ജാഗ്രത കൈക്കൊള്ളാൻ ബാലസംഘത്തിന് കഴിയണം.
ജാതിസമ്പ്രദായത്തിനും ഉച്ചനീചത്വത്തിനും അന്ധവിശ്വാസത്തിനും
എതിരായി ജീവിതകാലം മുഴുവൻ പോരാട്ടം നടത്തിയവരെ കുട്ടികൾ
അറിയണം. അവരെ മാതൃകയാക്കണം. ഇംഗ്ലണ്ടിലെ ജോൺ ഡാൾട്ട
നെപ്പറ്റി കടമ്പേരിമാഷ് വിവരിക്കുന്നുണ്ട്. കണക്കിലും സയൻസിലും മിടു
ക്കനായ ഡാൾട്ടൻ പന്ത്രണ്ടാം വയസ്സിൽ മാഷായി. പതിനേഴാം വയ
സ്സിൽ കോളേജധ്യാപകനായി. നിരന്തരമായ പഠനമാണ് അദ്ദേഹത്തെ
ഉയരങ്ങളിലേക്ക് നയിച്ചത്. കുട്ടികൾ ഇത്തരം മഹാപുരുഷന്മാരെ മാതൃ
കയാക്കി വളരാൻ ശ്രദ്ധിക്കണം.